What are Chinese radicals?

A Chinese radical (部首 , bùshǒu) is a graphical component of a Chinese character.
They are not only important to help you understand the meaning of the character, but it also helps when using a dictionary.
The list of the 214 Chinese radicals is a rough equivalent of a Chinese "alphabet".

Why should I learn them?

Every Chinese character is classified under a radical. The radicals are sorted by the number of strokes used in writing them.
Rather than remembering all the strokes of a Chinese character, it's sometimes easier to remember the radicals, which are frequently used as components in Chinese characters.
As you study Chinese, you will notice a repeating pattern of radicals being used. This will increase your learning speed dramatically.

Example: Take the character 怕

If you don't know what it means but learned the radicals you take the left part (heart, feeling) and the right component (white) – A white heart can easily be interpreted as ?
Fear! Correct!
This is just so much easier to remember.

Strokeorder rules

The following 8 memory aids will help you to write Chinese characters in the correct stroke order and direction.

1. From left to right, from top to bottom

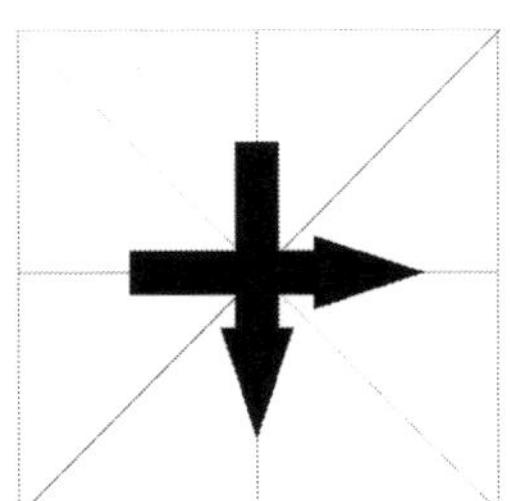

2. Horizontal before vertical

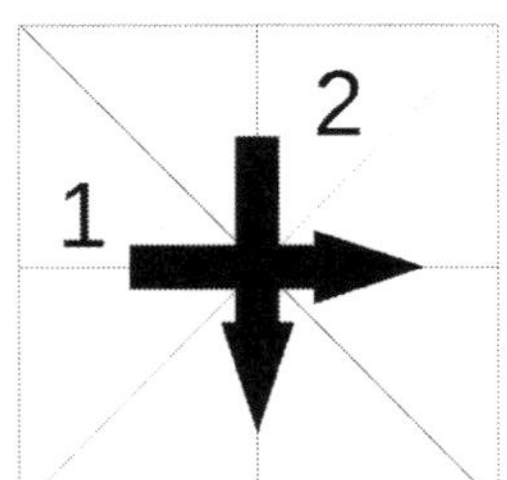

3. From outside to inside

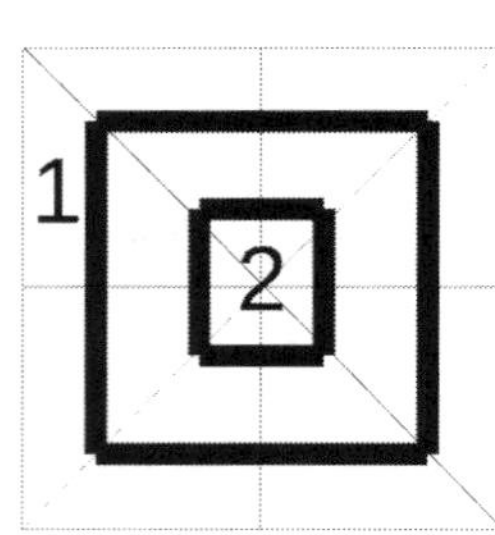

4. Right-to-left diagonals come before left-to-right diagonals

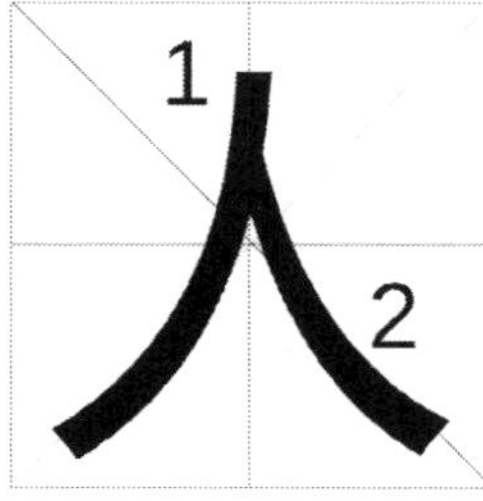

5. Bottom enclosures come last

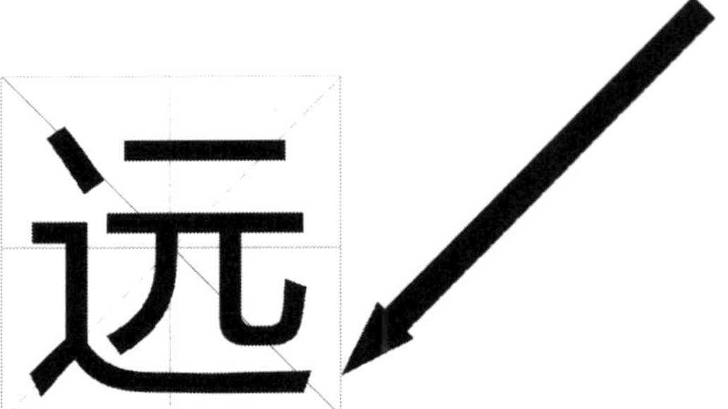

6. In vertically symmetrical characters, the center comes before the outside

小

7. Upper-left and upper-center dots come first

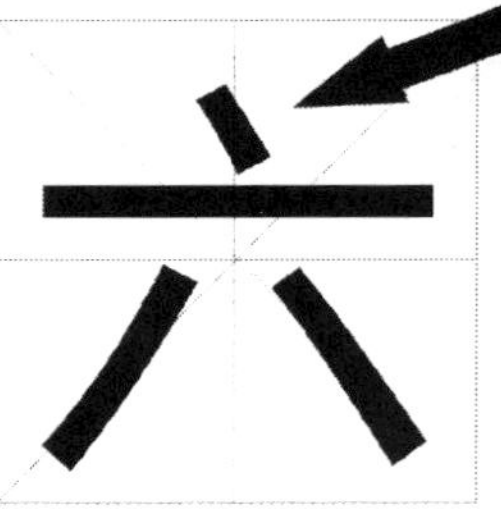

8. Upper-right and inside dots come last

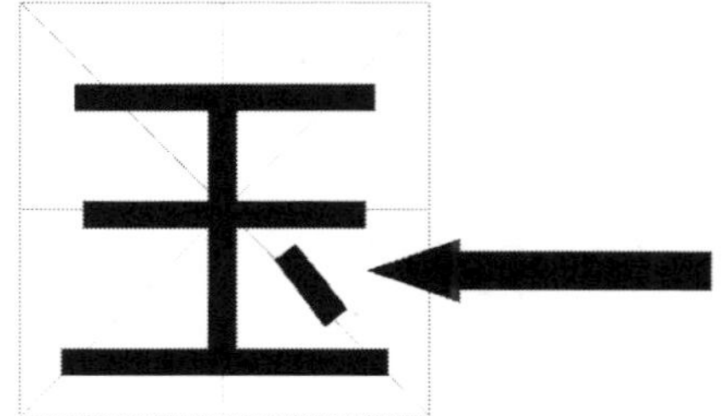

Memorize these carefully. There is no separate stroke order for each character in this book because once you know the rules there is no need to learn the order separately for each word.

Yǒng - Order

Practice the 8 main strokes of a Chinese character to improve your handwriting.
A famous calligrapher of the Eastern Jin Dynasty (265-420 AD), Lady Wei Shuo (衛 鑠), pointed out that the 8 most common stroke styles of a Chinese character are all found in yǒng 永 ("eternal" or "permanent").

Therefore it was believed that frequent practice of this character could refine the typeface of beginners.

Practice paper styles

There are a few different types of writing paper styles listed below. In the end you need to able to write without any grids but for beginners Mi Zi Ge and Tian Zi Ge is often very helpful.

The "Mi Zi Ge" design is so named because the grid design resembles the Chinese character for "rice", 米

The "Tian Zi Ge" design is so named because the grid design resembles the Chinese character for "field",田.

The "Jiu Zi Ge" design is so named because the grid is split into nine (jiu) equal parts

The "Hui Gong Ge" design is so named because the grid design resembles the Chinese character for "return", 回

"Fang Ge Zhi" 方格纸 means squared paper or graph paper and is recommended for the advanced student

一	yī · one	1 1
①	一	
一		

丨	gǔn · line	1 3
②	丨	
丨		

丶	zhǔ · dot	1 3
③	丶	
丶		

丿	piě · slash	1 3
④	丿 Variant: ㇏, [illegible]octal	
丿		

乙	yǐ · second	1 3
⑤	乙 Variant: ㄴ, ㇖	
乙		

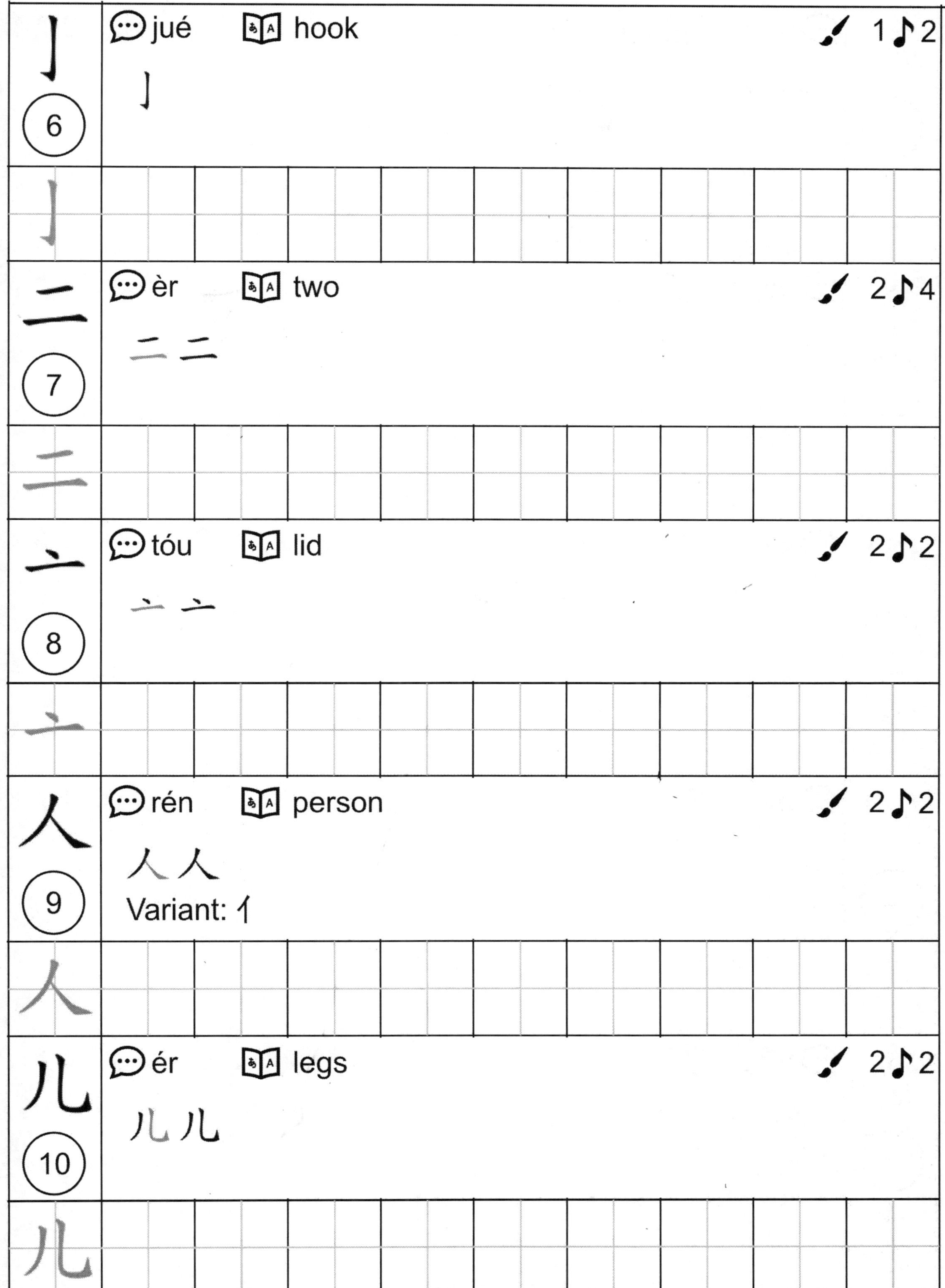

No.	Character	Pinyin	Meaning	Stroke info	Forms
6	亅	jué	hook	1 ♪ 2	亅
7	二	èr	two	2 ♪ 4	二 二
8	亠	tóu	lid	2 ♪ 2	亠 亠
9	人	rén	person	2 ♪ 2	人 人 Variant: 亻
10	儿	ér	legs	2 ♪ 2	儿 儿

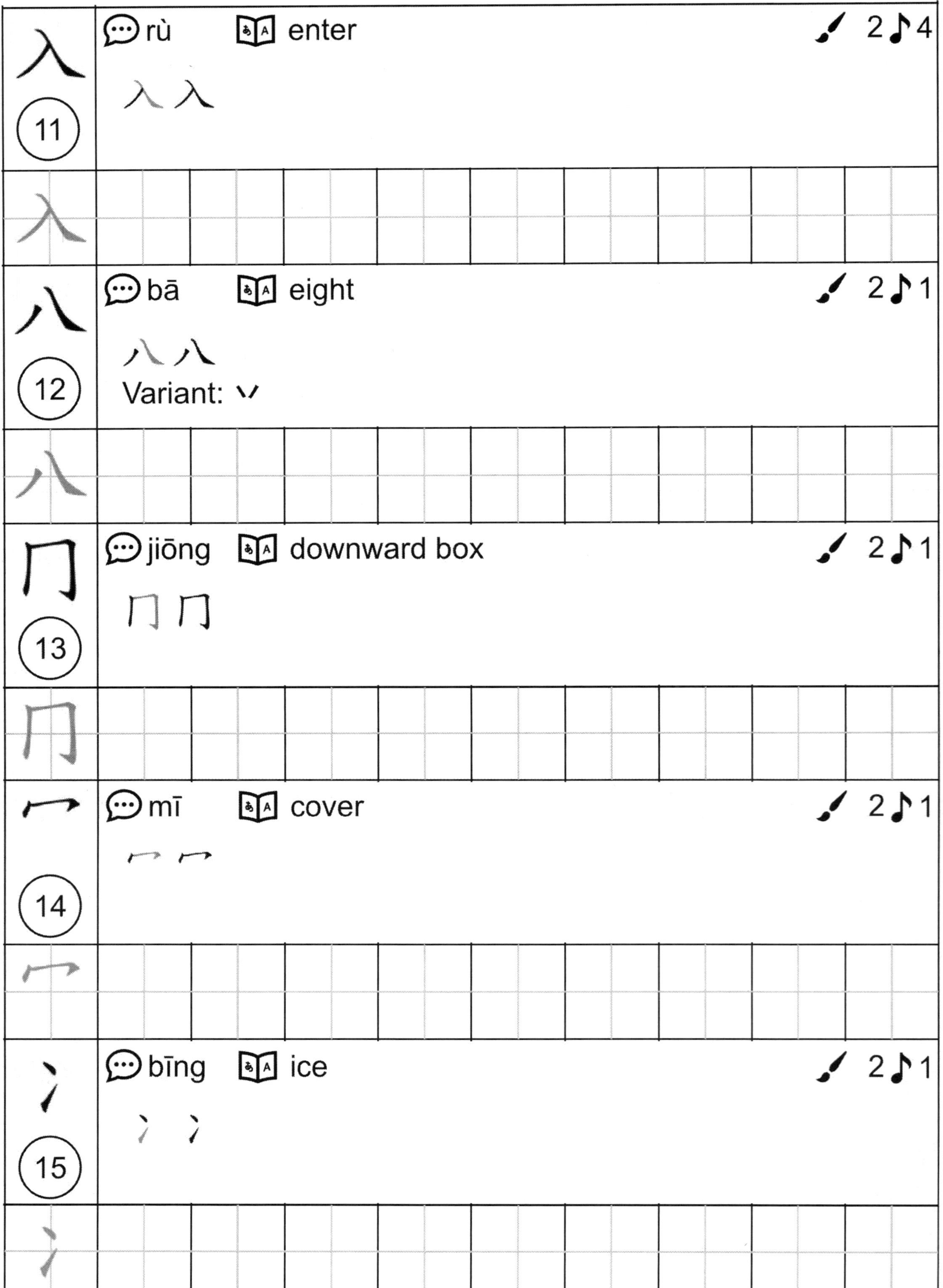

入 11	rù enter 2 ♪4 入 入
八 12	bā eight 2 ♪1 八 八 Variant: 丷
冂 13	jiōng downward box 2 ♪1 冂 冂
冖 14	mī cover 2 ♪1 冖 冖
冫 15	bīng ice 2 ♪1 冫 冫

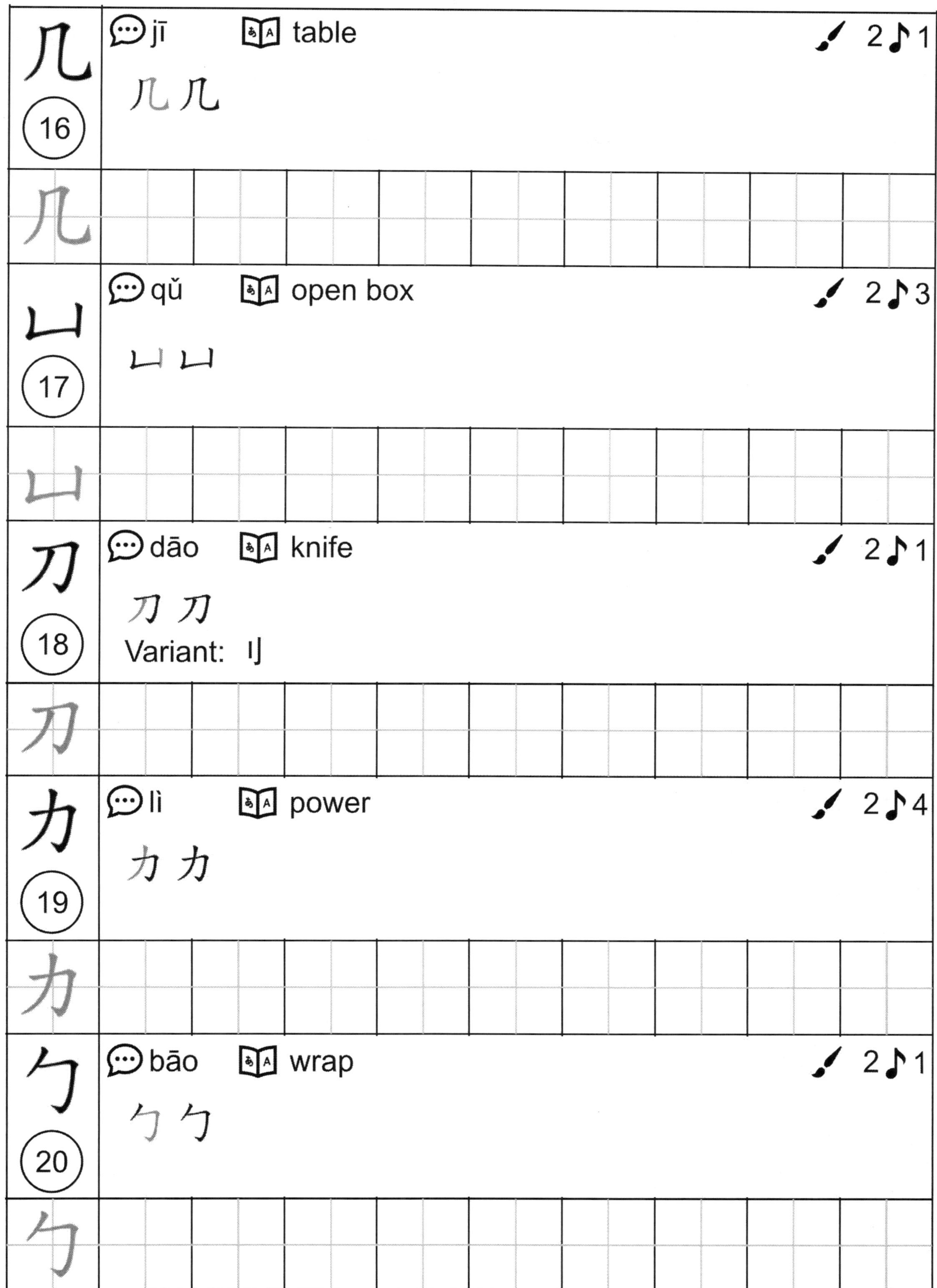
几
16
jī
table
2 1
几 几
几
凵
17
qǔ
open box
2 3
凵 凵
凵
刀
18
dāo
knife
2 1
刀 刀
Variant: 刂
刀
力
19
lì
power
2 4
力 力
力
勹
20
bāo
wrap
2 1
勹 勹
勹

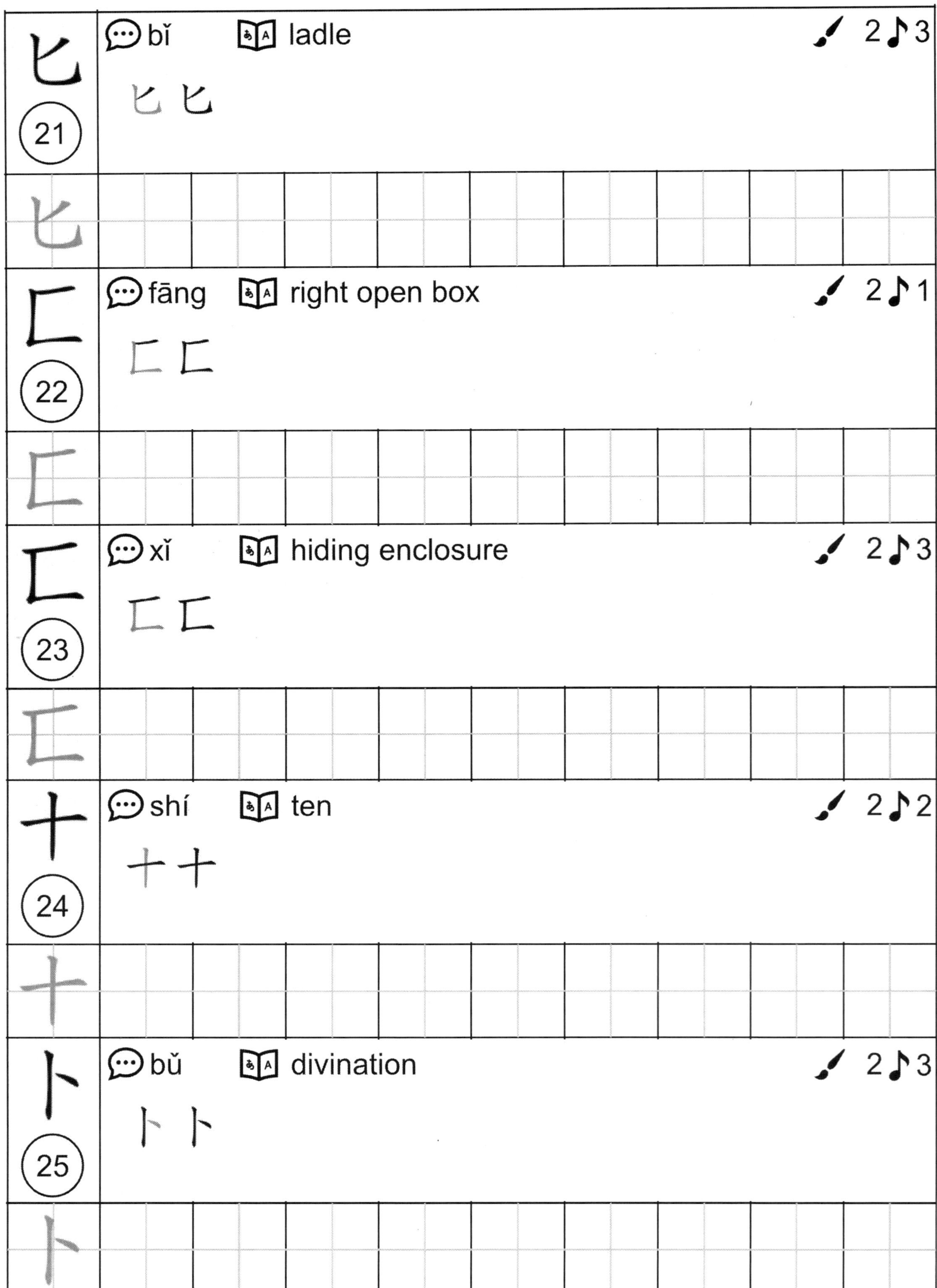

匕
21
bǐ
ladle
2 3
匕 匕
匕
匚
22
fāng
right open box
2 1
匚 匚
匚
匸
23
xǐ
hiding enclosure
2 3
匸 匸
匸
十
24
shí
ten
2 2
十 十
十
卜
25
bǔ
divination
2 3
卜 卜
卜

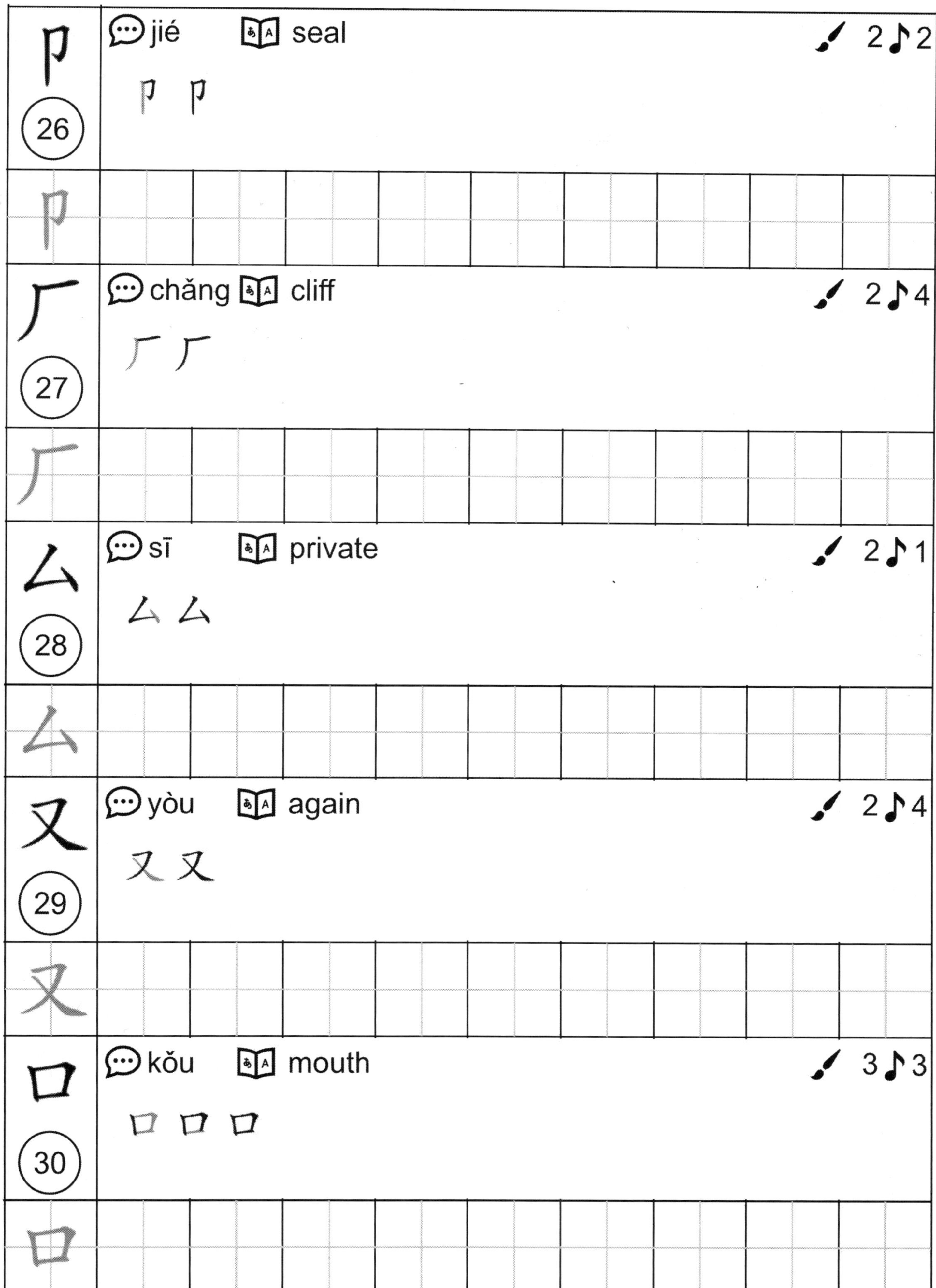

卩
26
jié
seal
2 ♪ 2
厂
27
chǎng
cliff
2 ♪ 4
厶
28
sī
private
2 ♪ 1
又
29
yòu
again
2 ♪ 4
口
30
kǒu
mouth
3 ♪ 3

囗 (31)	wéi — enclosure 囗 囗 囗	3 ♪2
囗		
土 (32)	tǔ — earth 土 土 土	3 ♪3
土		
士 (33)	shì — scholar 士 士 士	3 ♪4
士		
夂 (34)	zhǐ — arriving from behind 夂 夂 夂	3 ♪3
夂		
夊 (35)	suī — go slowly 夊 夊 夊	3 ♪1
夊		

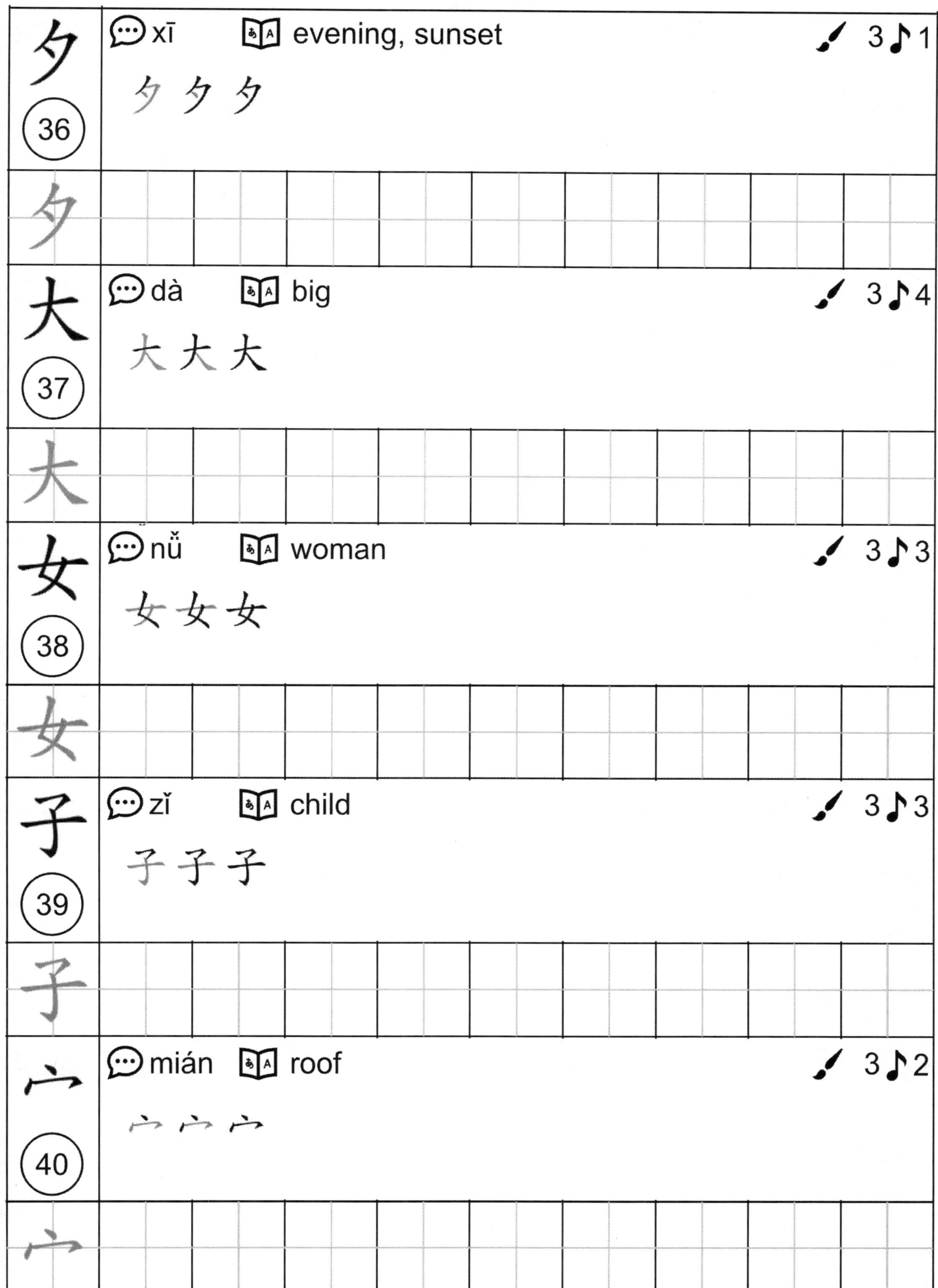

夕 (36)	xī — evening, sunset	3 ♪1
大 (37)	dà — big	3 ♪4
女 (38)	nǚ — woman	3 ♪3
子 (39)	zǐ — child	3 ♪3
宀 (40)	mián — roof	3 ♪2

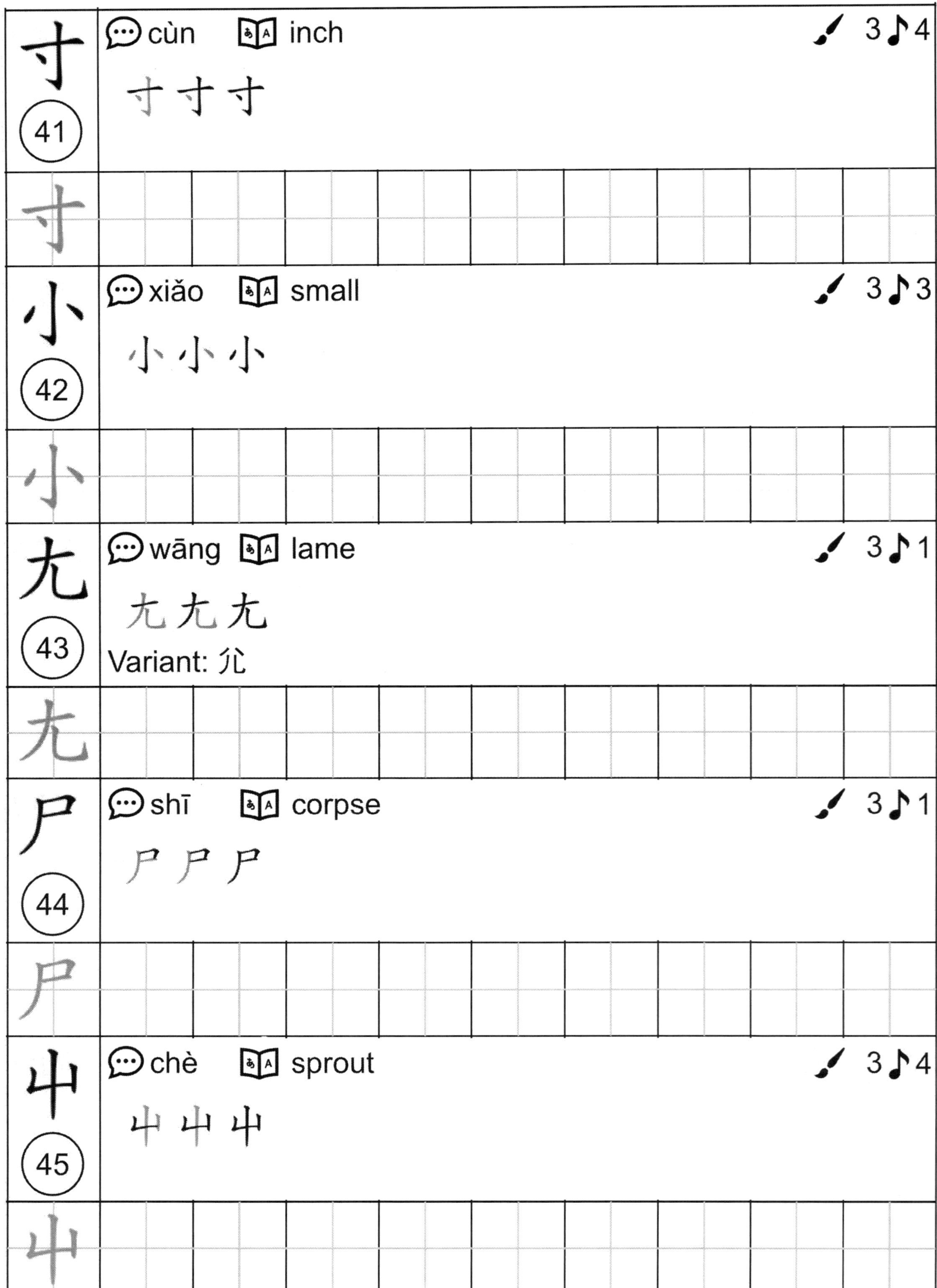

寸
41
cùn
inch
3 4
寸 寸 寸
寸
小
42
xiǎo
small
3 3
小 小 小
小
尢
43
wāng
lame
3 1
尢 尢 尢
Variant: 尣
尢
尸
44
shī
corpse
3 1
尸 尸 尸
尸
屮
45
chè
sprout
3 4
屮 屮 屮
屮

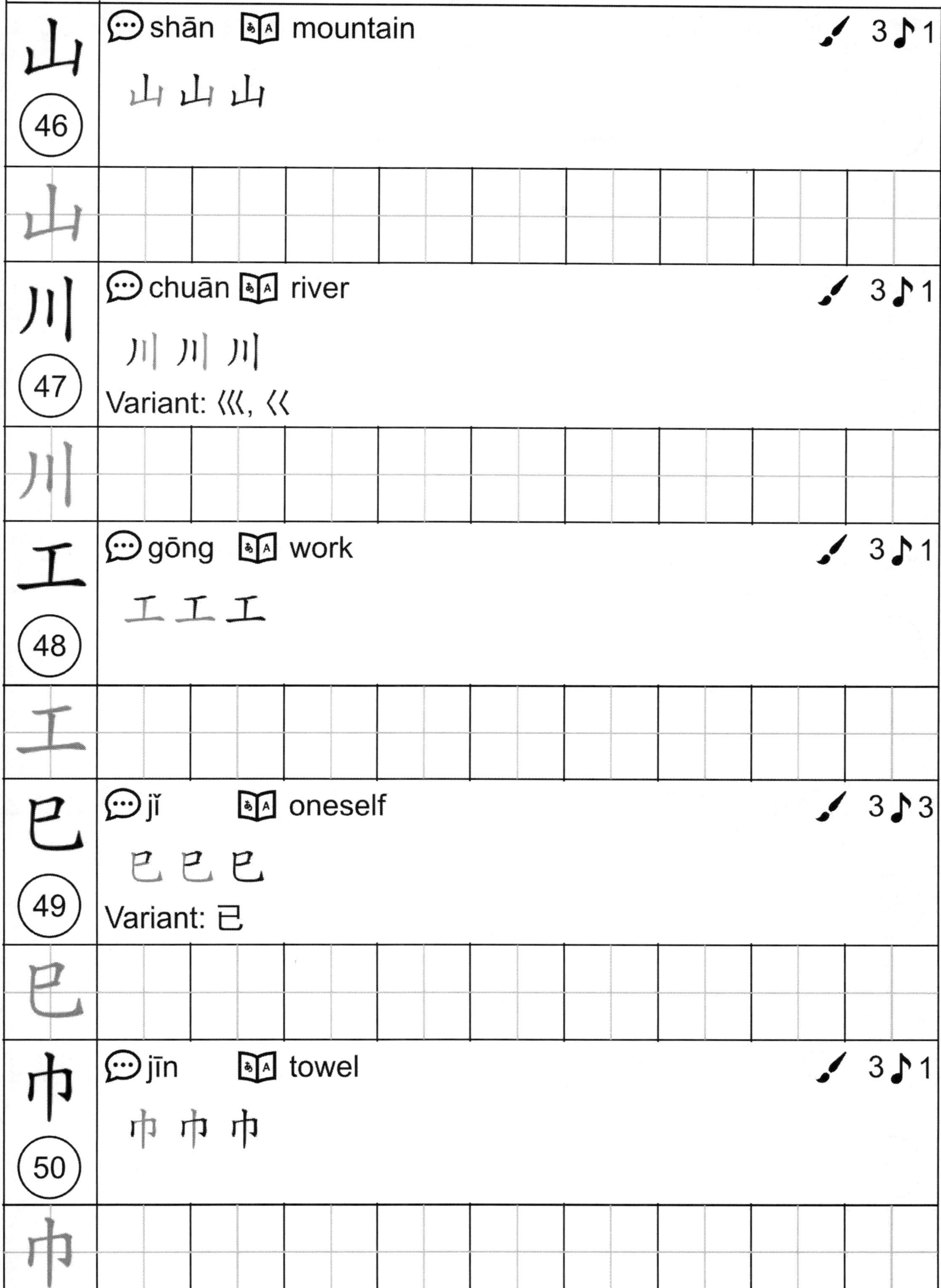
山
46
shān mountain 3 1
山 山 山
川
47
chuān river 3 1
川 川 川
Variant: 巛, 巜
工
48
gōng work 3 1
工 工 工
已
49
jǐ oneself 3 3
已 已 已
Variant: 已
巾
50
jīn towel 3 1
巾 巾 巾

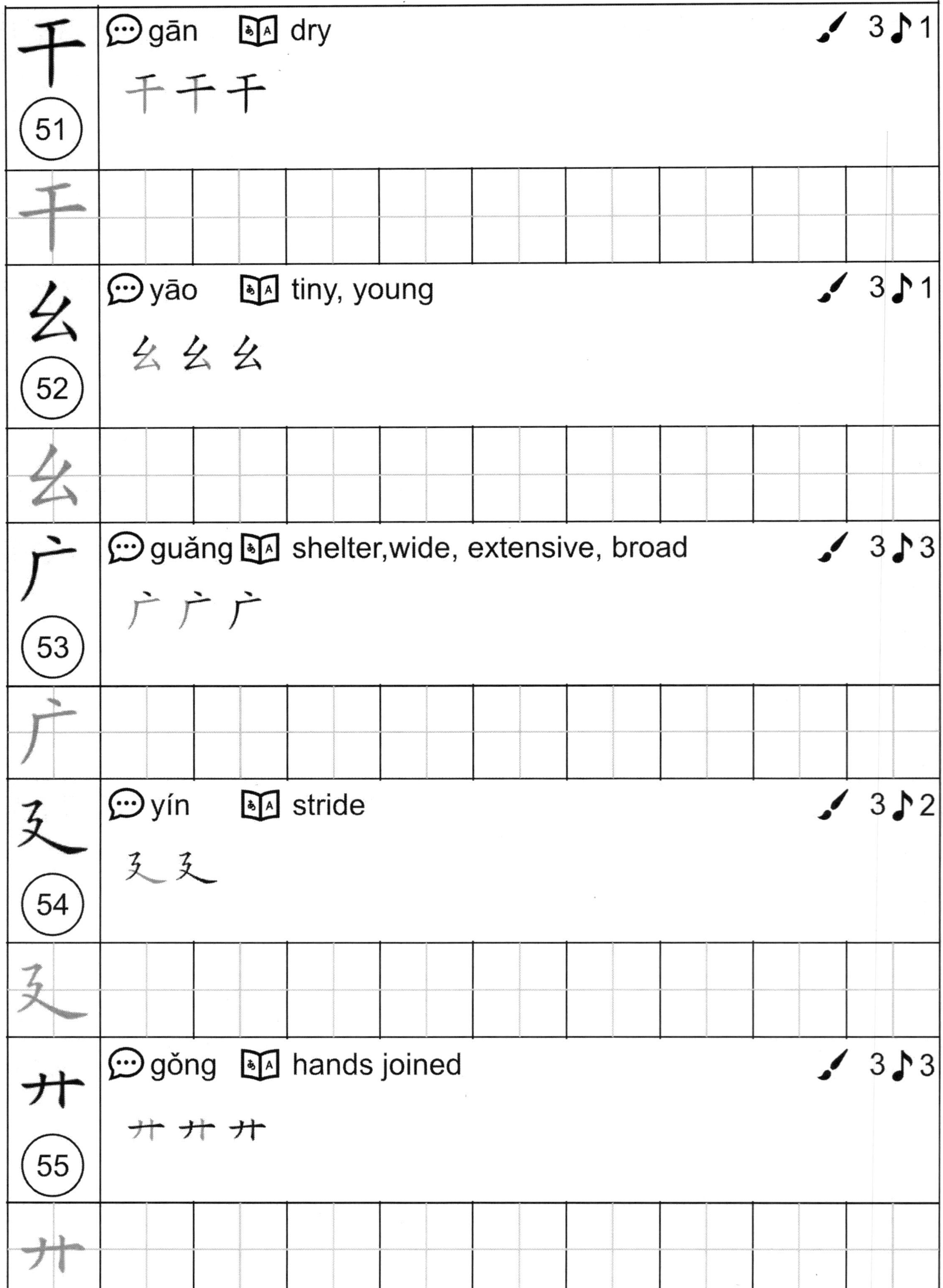

干 51	gān dry 干干干	3 ♪1
干		
幺 52	yāo tiny, young 幺幺幺	3 ♪1
幺		
广 53	guǎng shelter,wide, extensive, broad 广广广	3 ♪3
广		
廴 54	yín stride 廴廴	3 ♪2
廴		
廾 55	gǒng hands joined 廾廾廾	3 ♪3
廾		

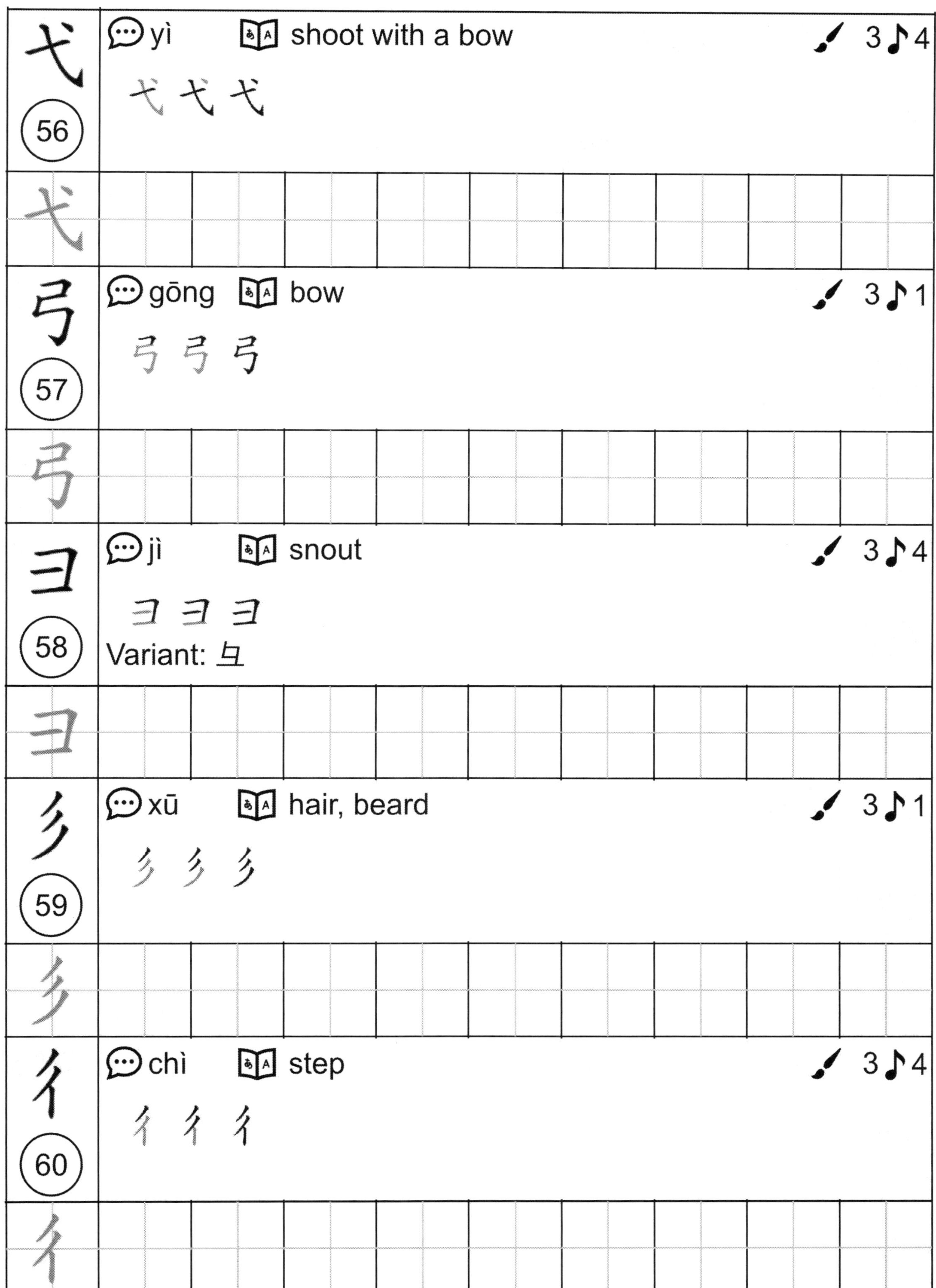
弋
56
yì
shoot with a bow
3 4
弋 弋 弋
弋
弓
57
gōng
bow
3 1
弓 弓 弓
弓
彐
58
jì
snout
3 4
彐 彐 彐
Variant: 彑
彐
彡
59
xū
hair, beard
3 1
彡 彡 彡
彡
彳
60
chì
step
3 4
彳 彳 彳
彳

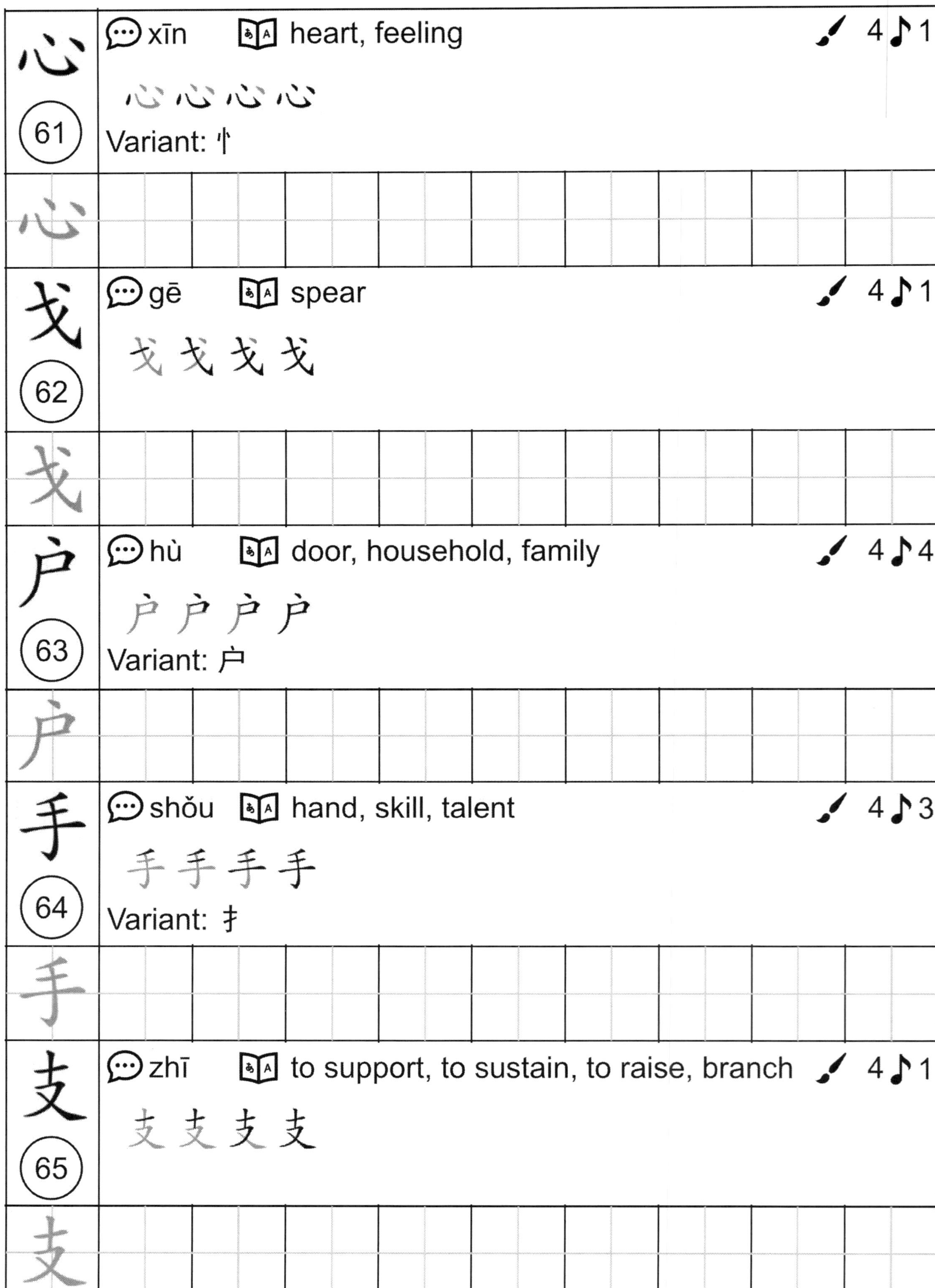

心 61	xīn — heart, feeling — 4 ♪1 心心心心 Variant: 忄
心	
戈 62	gē — spear — 4 ♪1 戈戈戈戈
戈	
户 63	hù — door, household, family — 4 ♪4 户户户户 Variant: 户
户	
手 64	shǒu — hand, skill, talent — 4 ♪3 手手手手 Variant: 扌
手	
支 65	zhī — to support, to sustain, to raise, branch — 4 ♪1 支支支支
支	

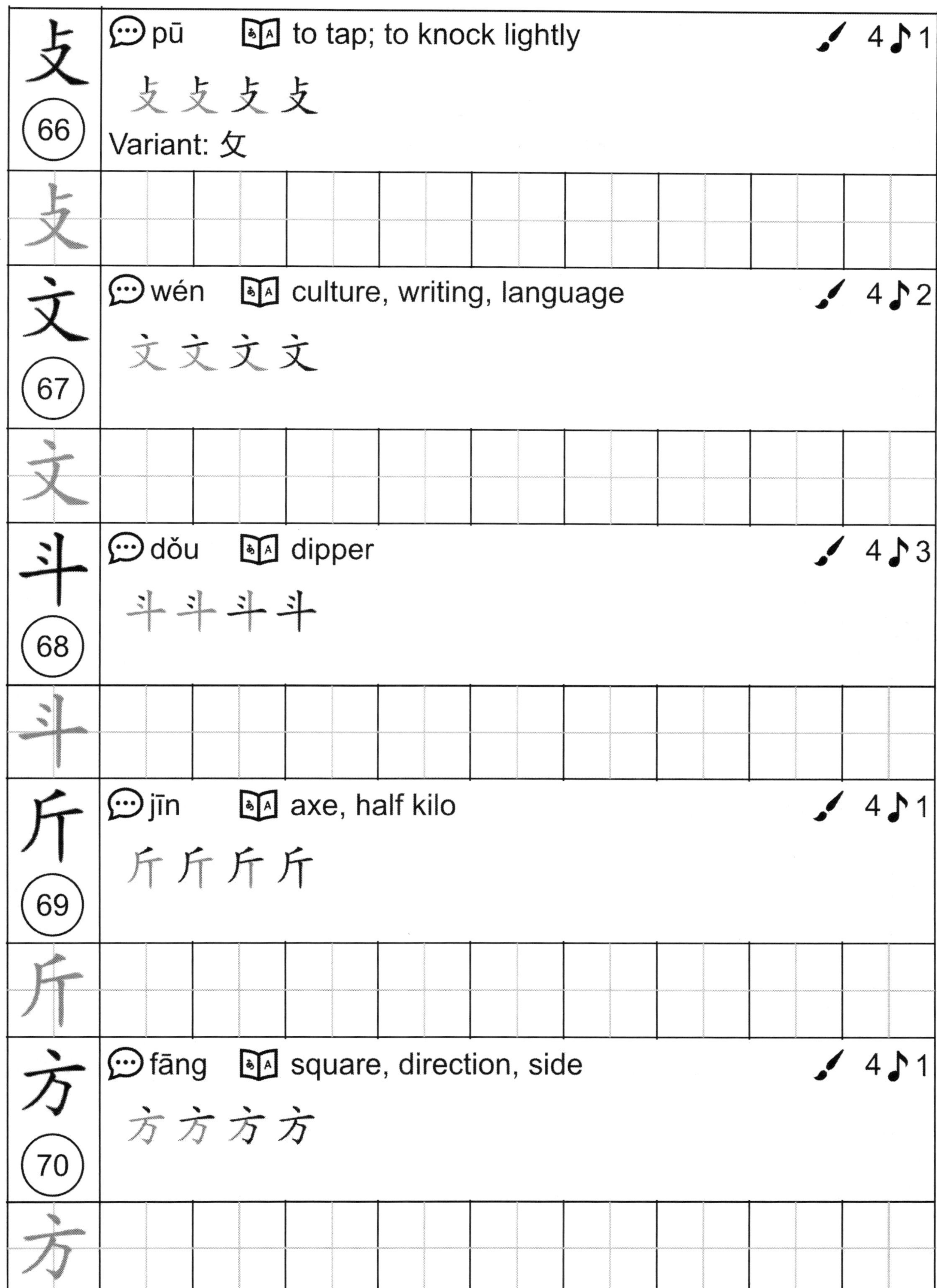

攴 66

pū — to tap; to knock lightly — 4 ♪1

攴攴攴攴

Variant: 攵

文 67

wén — culture, writing, language — 4 ♪2

文文文文

斗 68

dǒu — dipper — 4 ♪3

斗斗斗斗

斤 69

jīn — axe, half kilo — 4 ♪1

斤斤斤斤

方 70

fāng — square, direction, side — 4 ♪1

方方方方

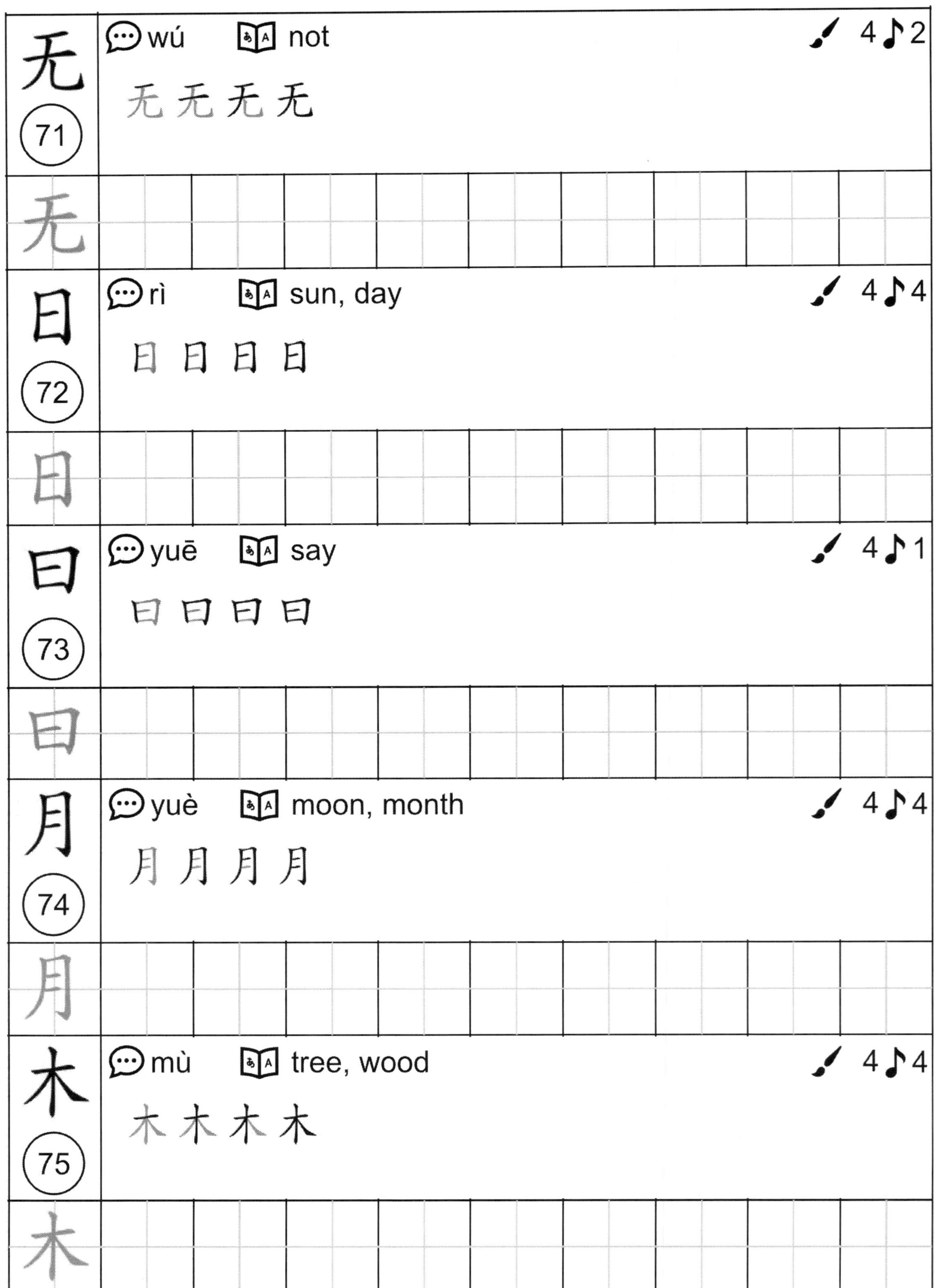

无
71
wú
not
4 2
无 无 无 无
无
日
72
rì
sun, day
4 4
日 日 日 日
日
曰
73
yuē
say
4 1
曰 曰 曰 曰
曰
月
74
yuè
moon, month
4 4
月 月 月 月
月
木
75
mù
tree, wood
4 4
木 木 木 木
木

欠
76
qiàn
lack
4 4
欠 欠 欠 欠
欠
止
77
zhǐ
stop
4 3
止 止 止 止
止
歹
78
dǎi
bad, wicked, evil
4 3
歹 歹 歹 歹
Variant: 歺
歹
殳
79
shū
spear
4 1
殳 殳 殳 殳
殳
毋
80
wú
don't, to not have, nobody
4 2
毋 毋 毋 毋
毋

比 81	bǐ compare	4 ♪3
	比比比比	
比		
毛 82	máo fur	4 ♪2
	毛毛毛毛	
毛		
氏 83	shì clan	4 ♪4
	氏氏氏氏	
氏		
气 84	qì steam,air	4 ♪4
	气气气气	
气		
水 85	shuǐ water	4 ♪3
	水水水水 Variant: 氵	
水		

火 86

huǒ fire 4 ♪3

火 火 火 火

Variant: 灬

火

爪 87

zhǎo claw 4 ♪3

爪 爪 爪 爪

Variant: 爫

爪

父 88

fù father 4 ♪4

父 父 父 父

父

爻 89

yáo lines on a trigram, double x 4 ♪2

爻 爻 爻 爻

爻

爿 90

qiáng half of a tree trunk 4 ♪2

爿 爿 爿 爿

Variant: 丬

爿

片 91	piàn slice 4 ♪4 片 片 片 片
片	
牙 92	yá fang 4 ♪2 牙 牙 牙 牙
牙	
牛 93	niú cow 4 ♪2 牛 牛 牛 牛 Variant: 牜
牛	
犬 94	quǎn dog 4 ♪3 犬 犬 犬 犬 Variant: 犭
犬	
玄 95	xuán black; mysterious 5 ♪2 玄 玄 玄 玄 玄
玄	

玉
96
yù
jade (king)
5 ♪ 4
玉 玉 玉 玉 玉
Variant: 王 (wáng)
玉
瓜
97
guā
melon
5 ♪ 1
瓜 瓜 瓜 瓜 瓜
瓜
瓦
98
wǎ
tile
5 ♪ 3
瓦 瓦 瓦 瓦
瓦
甘
99
gān
sweet
5 ♪ 1
甘 甘 甘 甘 甘
甘
生
100
shēng
life, being born
5 ♪ 1
生 生 生 生 生
生

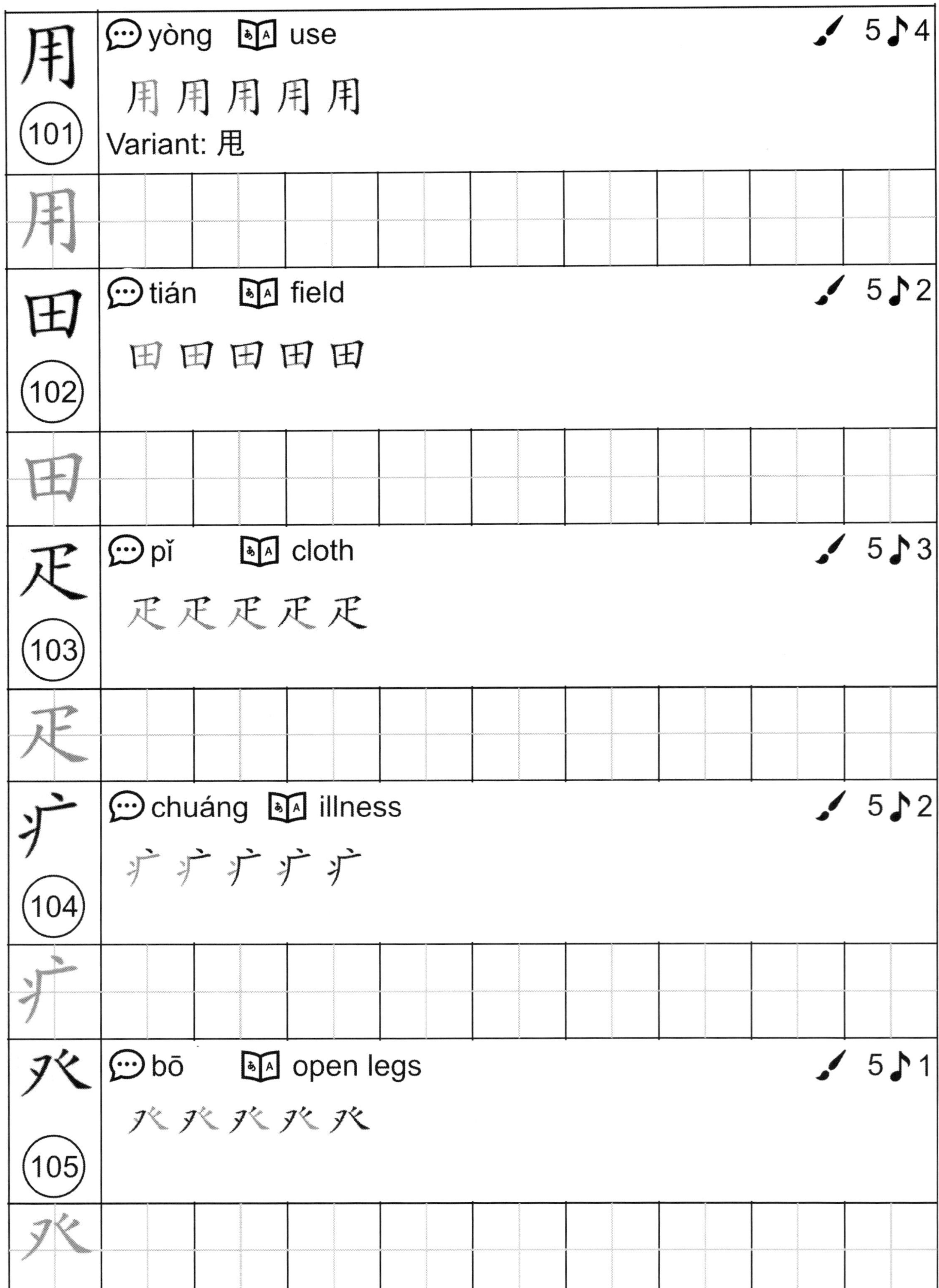
用
101
yòng
use
5 4
Variant: 甩
田
102
tián
field
5 2
疋
103
pǐ
cloth
5 3
疒
104
chuáng
illness
5 2
癶
105
bō
open legs
5 1

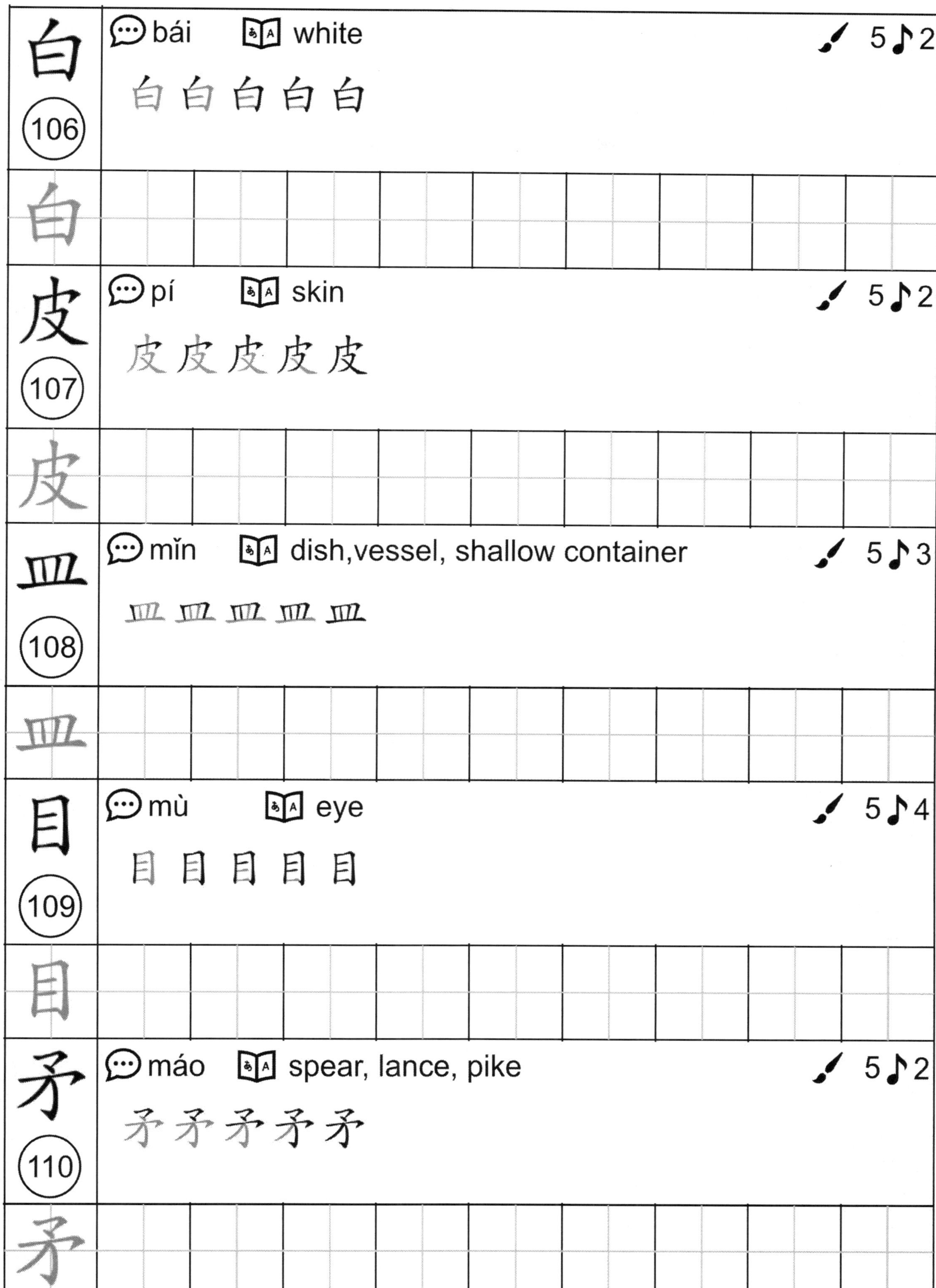
白
106
bái
white
5 2
白白白白白
白
皮
107
pí
skin
5 2
皮皮皮皮皮
皮
皿
108
mǐn
dish,vessel, shallow container
5 3
皿皿皿皿皿
皿
目
109
mù
eye
5 4
目目目目目
目
矛
110
máo
spear, lance, pike
5 2
矛矛矛矛矛
矛

矢 (111)	shǐ arrow 矢 矢 矢 矢 矢	5 ♪3
矢		
石 (112)	shí stone 石 石 石 石 石	5 ♪2
石		
示 (113)	shì spirit, to show 示 示 示 示 示 Variant: 礻	5 ♪4
示		
禸 (114)	róu track 禸 禸 禸 禸 禸	5 ♪2
禸		
禾 (115)	hé grain 禾 禾 禾 禾 禾	5 ♪2
禾		

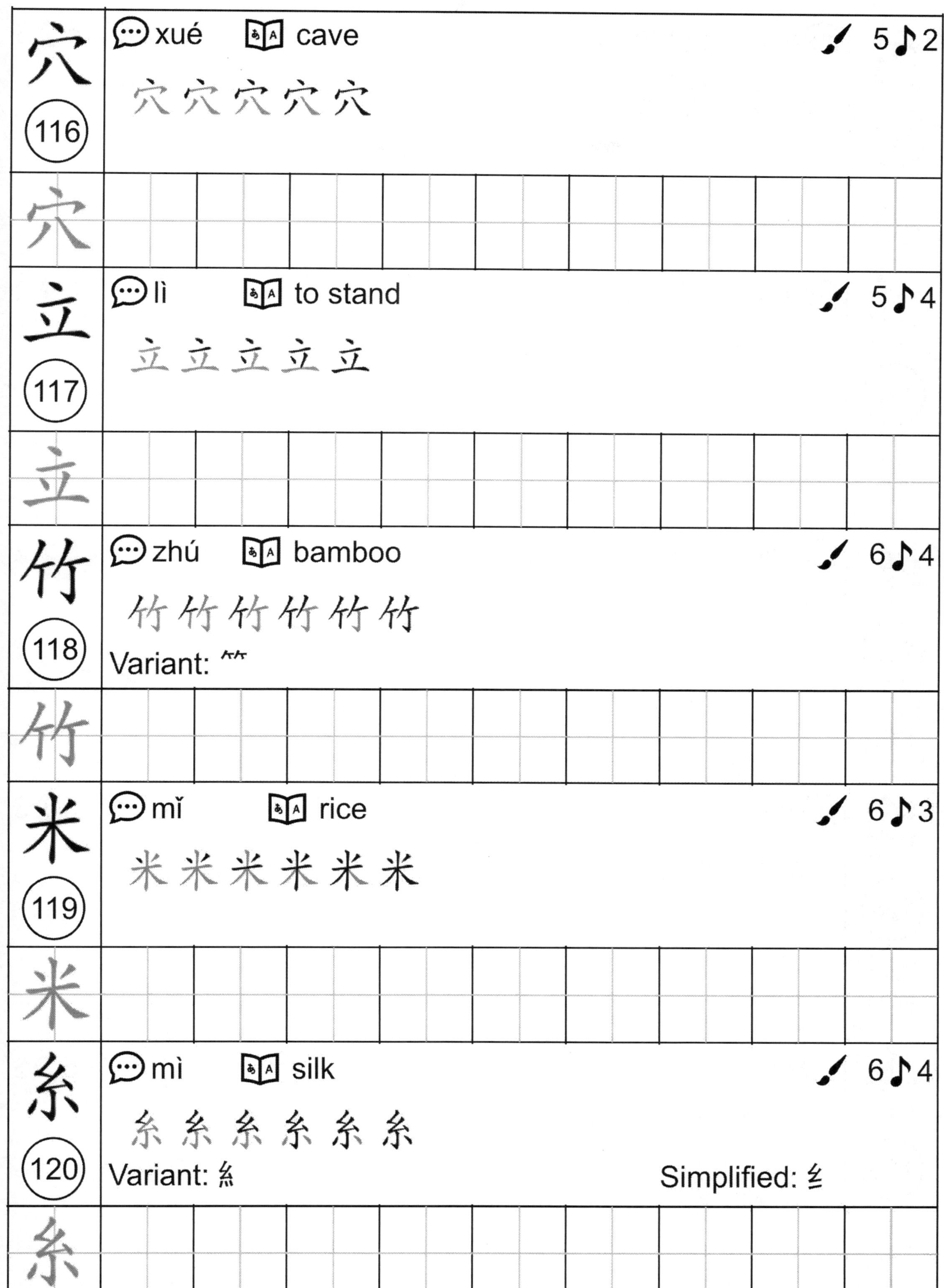

穴 (116) xué — cave — 5 ♪2

穴穴穴穴穴

立 (117) lì — to stand — 5 ♪4

立立立立立

竹 (118) zhú — bamboo — 6 ♪4

竹竹竹竹竹竹

Variant: ⺮

米 (119) mǐ — rice — 6 ♪3

米米米米米米

糸 (120) mì — silk — 6 ♪4

糸糸糸糸糸糸

Variant: 糹 Simplified: 纟

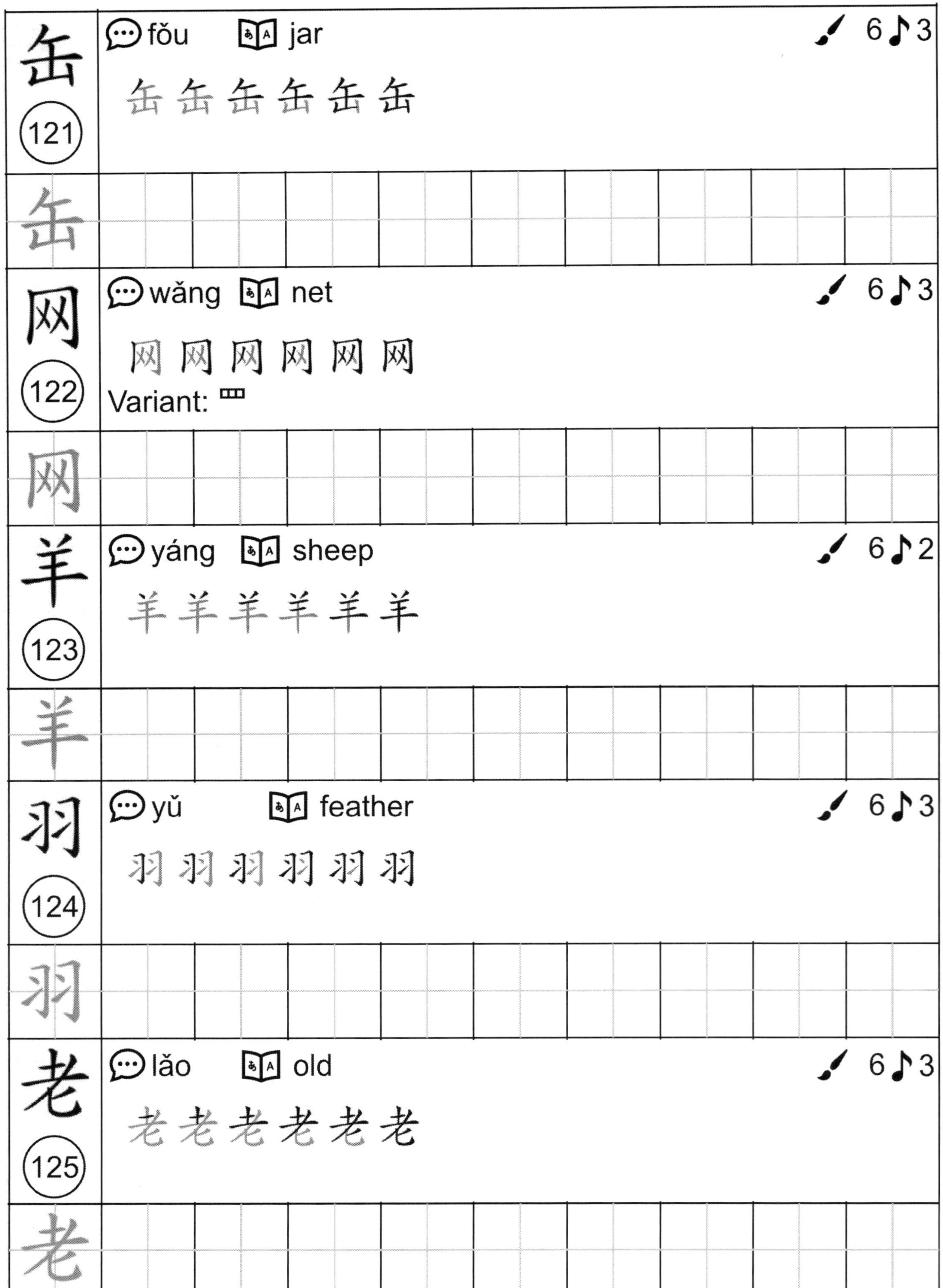

缶 121
fǒu jar 6 3
缶缶缶缶缶缶
缶
网 122
wǎng net 6 3
网网网网网网
Variant: 罒
网
羊 123
yáng sheep 6 2
羊羊羊羊羊羊
羊
羽 124
yǔ feather 6 3
羽羽羽羽羽羽
羽
老 125
lǎo old 6 3
老老老老老老
老

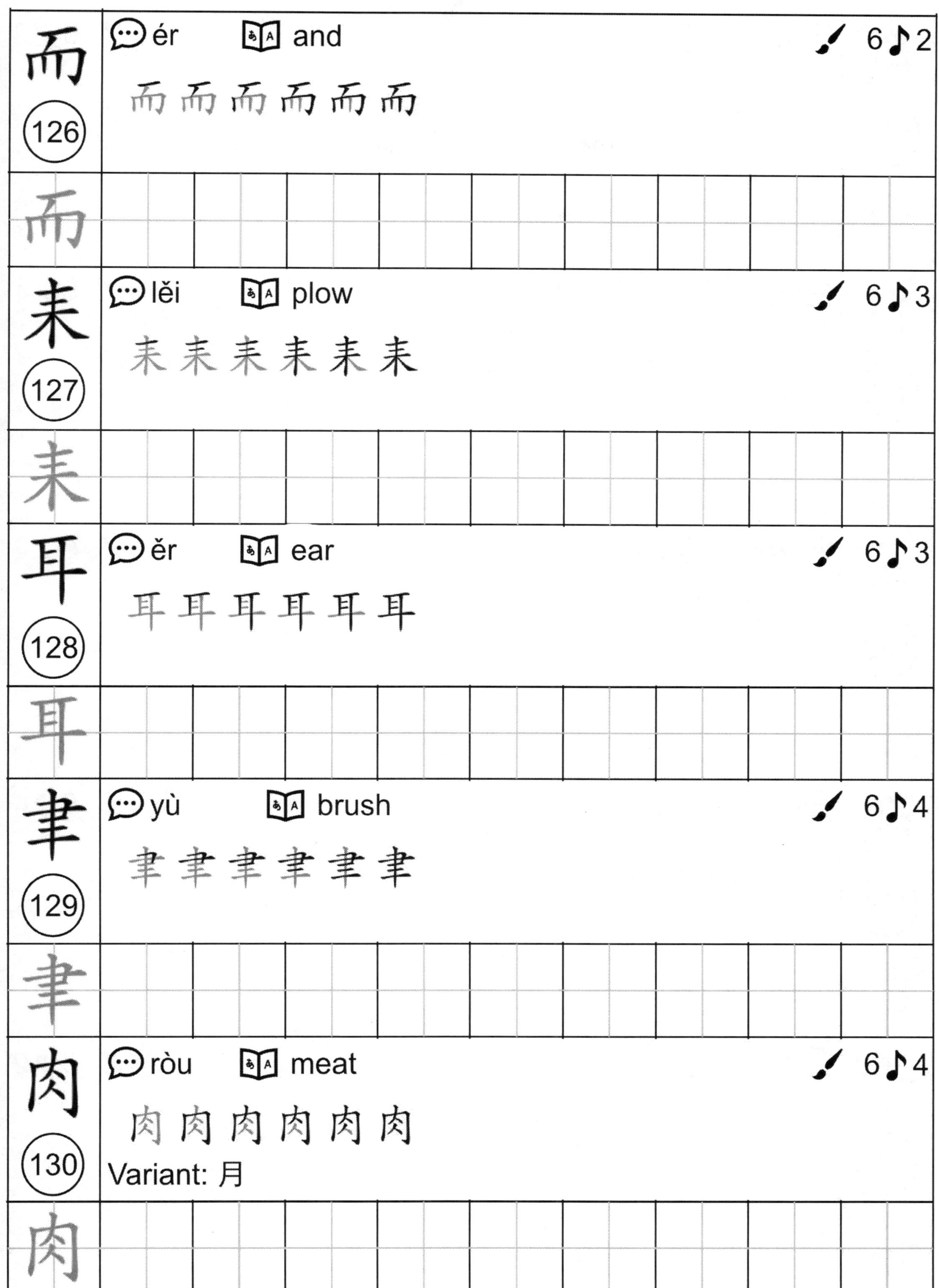

而 126
ér — and — 6 ♪2
而 而 而 而 而 而

耒 127
lěi — plow — 6 ♪3
耒 耒 耒 耒 耒 耒

耳 128
ěr — ear — 6 ♪3
耳 耳 耳 耳 耳 耳

聿 129
yù — brush — 6 ♪4
聿 聿 聿 聿 聿 聿

肉 130
ròu — meat — 6 ♪4
肉 肉 肉 肉 肉 肉
Variant: 月

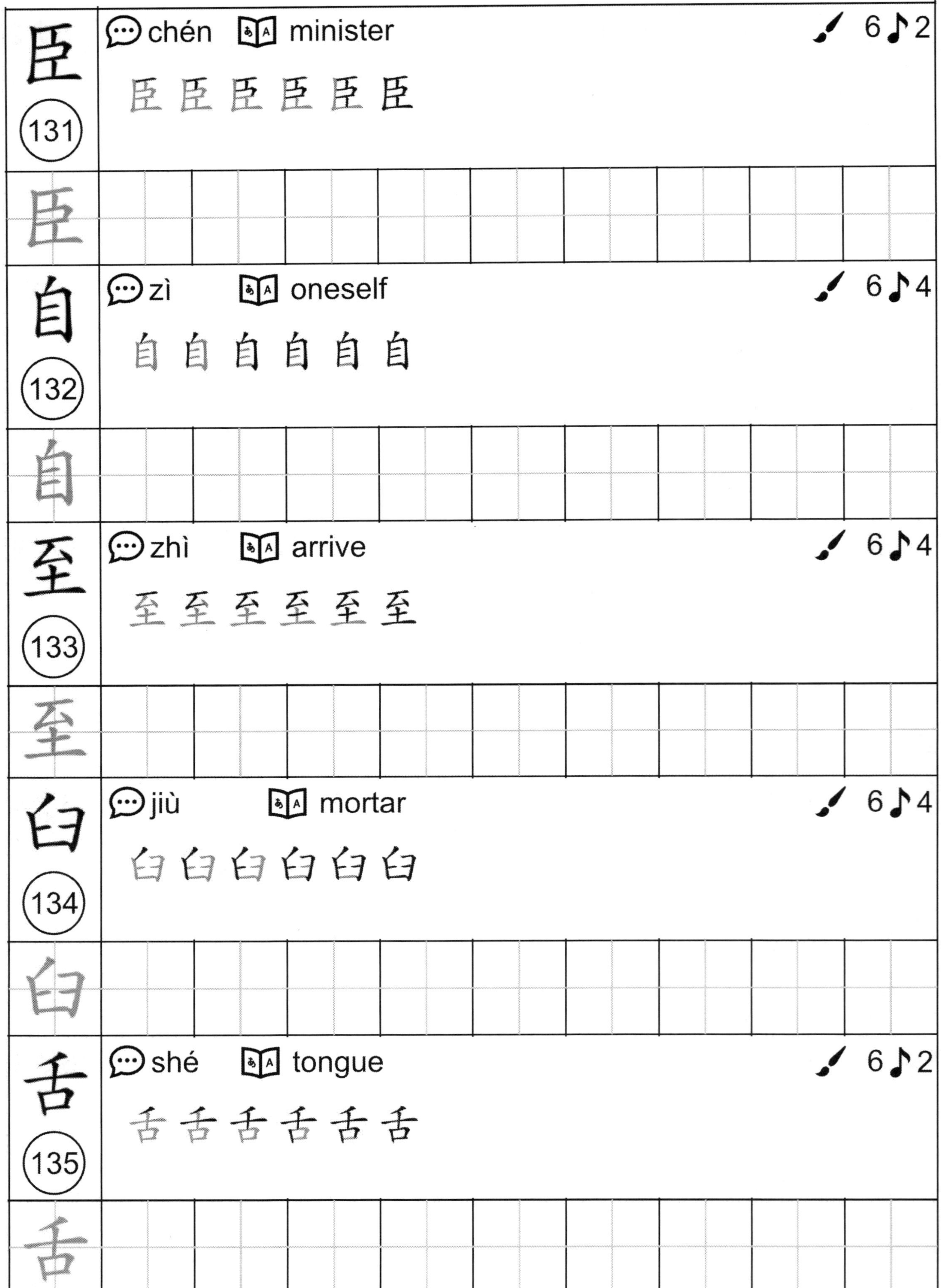
臣
131
chén minister
6 2
臣臣臣臣臣臣
臣
自
132
zì oneself
6 4
自自自自自自
自
至
133
zhì arrive
6 4
至至至至至至
至
臼
134
jiù mortar
6 4
臼臼臼臼臼臼
臼
舌
135
shé tongue
6 2
舌舌舌舌舌舌
舌

舛 136	chuǎn contrary 6 ♪3 舛 舛 舛 舛 舛 舛
舛	
舟 137	zhōu boat 6 ♪1 舟 舟 舟 舟 舟 舟
舟	
艮 138	gèn mountain 6 ♪4 艮 艮 艮 艮 艮 艮
艮	
色 139	sè color 6 ♪4 色 色 色 色 色 色
色	
艸 140	cǎo grass 6 ♪3 艸 艸 艸 艸 艸 艸 Variant: 艹
艸	

虎 141	hǔ tiger 虎 虎 虎 虎 虎 虎	6 ♪3
虎		
虫 142	chóng insect 虫 虫 虫 虫 虫 虫	6 ♪2
虫		
血 143	xuè blood 血 血 血 血 血 血	6 ♪4
血		
行 144	xíng walk 行 行 行 行 行 行	6 ♪2
行		
衣 145	yī clothes 衣 衣 衣 衣 衣 衣 Variant: 衤	6 ♪1
衣		

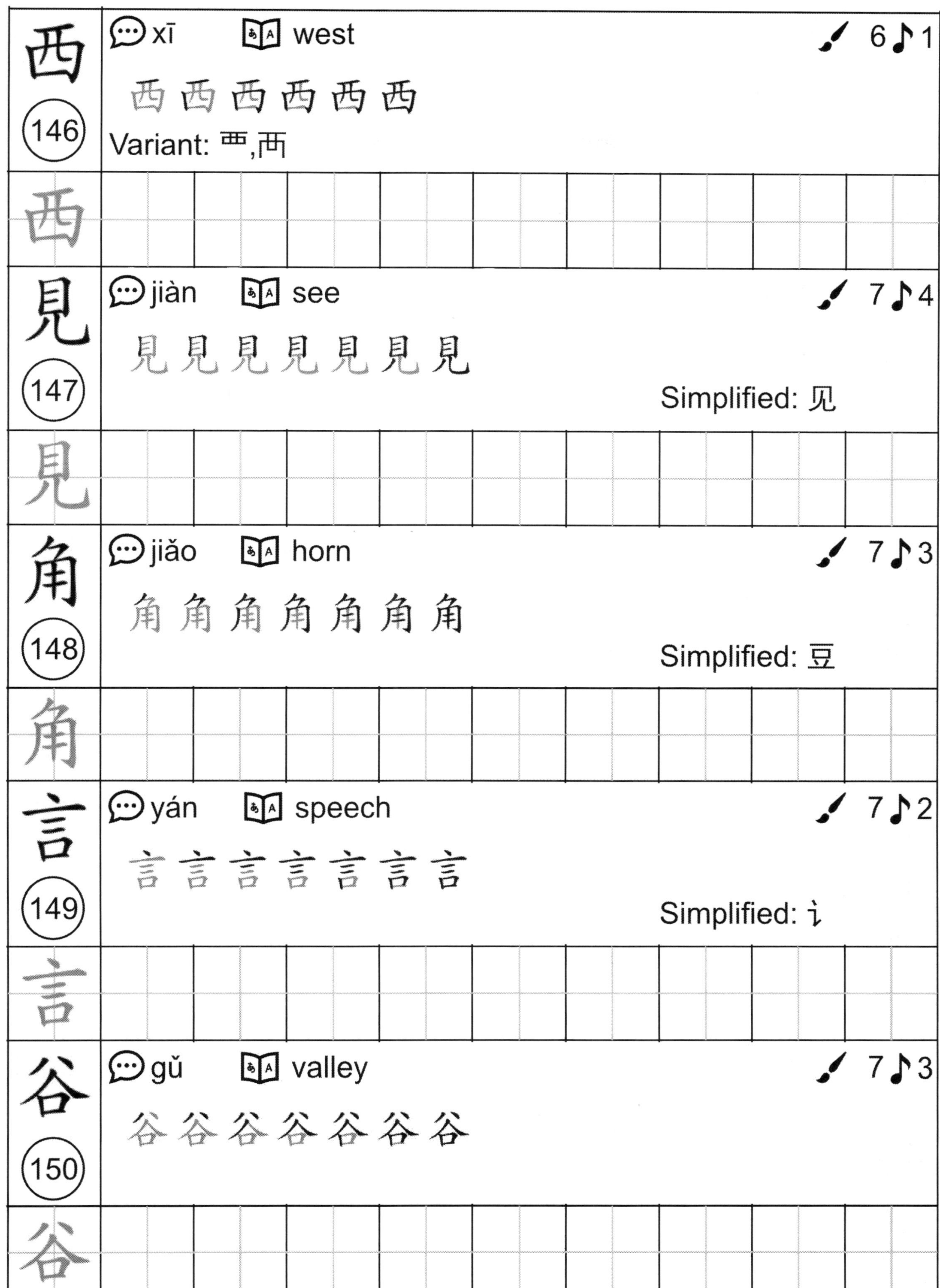

西 146

xī | west | 6 1

西西西西西西

Variant: 覀,襾

見 147

jiàn | see | 7 4

見見見見見見見

Simplified: 见

角 148

jiǎo | horn | 7 3

角角角角角角角

Simplified: 豆

言 149

yán | speech | 7 2

言言言言言言言

Simplified: 讠

谷 150

gǔ | valley | 7 3

谷谷谷谷谷谷谷

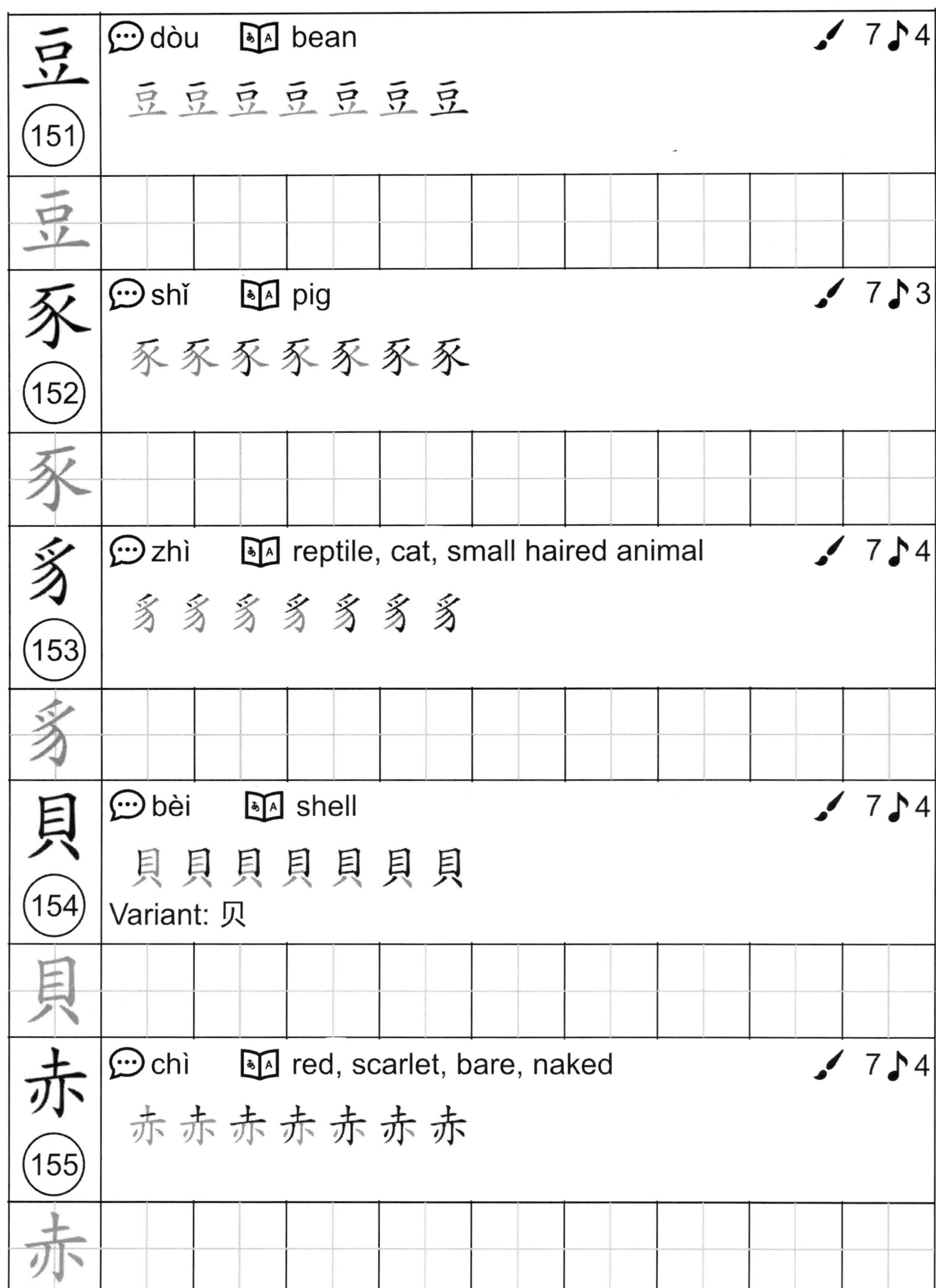

豆 151	dòu · bean · 7 ♪4 豆豆豆豆豆豆豆
豆	
豕 152	shǐ · pig · 7 ♪3 豕豕豕豕豕豕豕
豕	
豸 153	zhì · reptile, cat, small haired animal · 7 ♪4 豸豸豸豸豸豸豸
豸	
貝 154	bèi · shell · 7 ♪4 貝貝貝貝貝貝貝 Variant: 贝
貝	
赤 155	chì · red, scarlet, bare, naked · 7 ♪4 赤赤赤赤赤赤赤
赤	

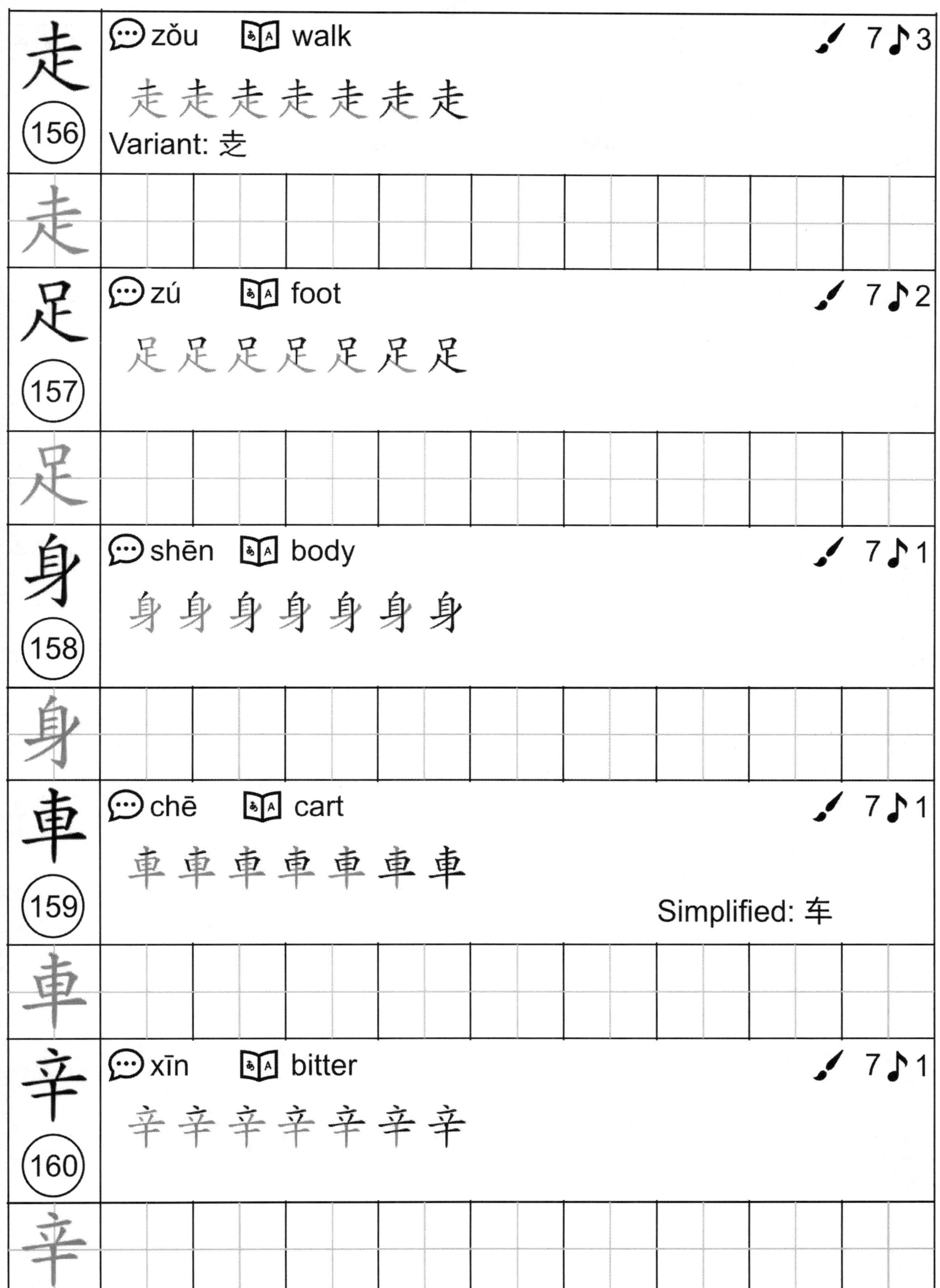

走 156 zǒu walk 7 3
走走走走走走走
Variant: 赱
走

足 157 zú foot 7 2
足足足足足足足
足

身 158 shēn body 7 1
身身身身身身身
身

車 159 chē cart 7 1
車車車車車車車
Simplified: 车
車

辛 160 xīn bitter 7 1
辛辛辛辛辛辛辛
辛

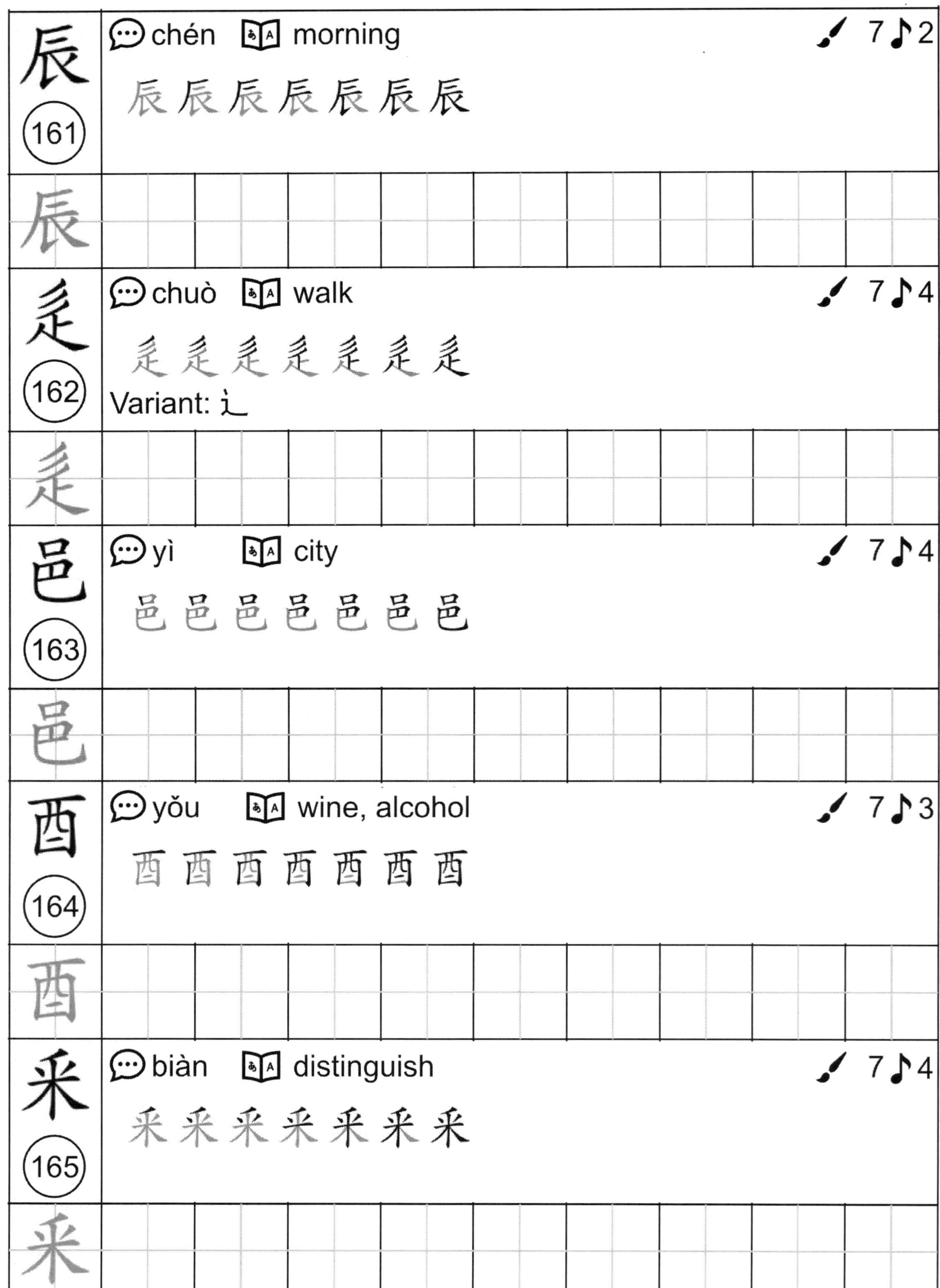

辰
161
chén
morning
7 2
辵
162
chuò
walk
7 4
Variant: 辶
邑
163
yì
city
7 4
酉
164
yǒu
wine, alcohol
7 3
釆
165
biàn
distinguish
7 4

里 166	lǐ · village, 0.5km · 7 ♪3	里里里里里里里
金 167	jīn · metal, gold · 8 ♪1	金金金金金金金金 Variant: 钅
長 168	cháng · long, grow · 8 ♪2	長長長長長長長長 Simplified: 长
門 169	mén · gate,door · 8 ♪2	門門門門門門門門 Simplified: 门
阜 170	fù · mound · 8 ♪4	阜阜阜阜阜阜阜阜 Variant: 阝

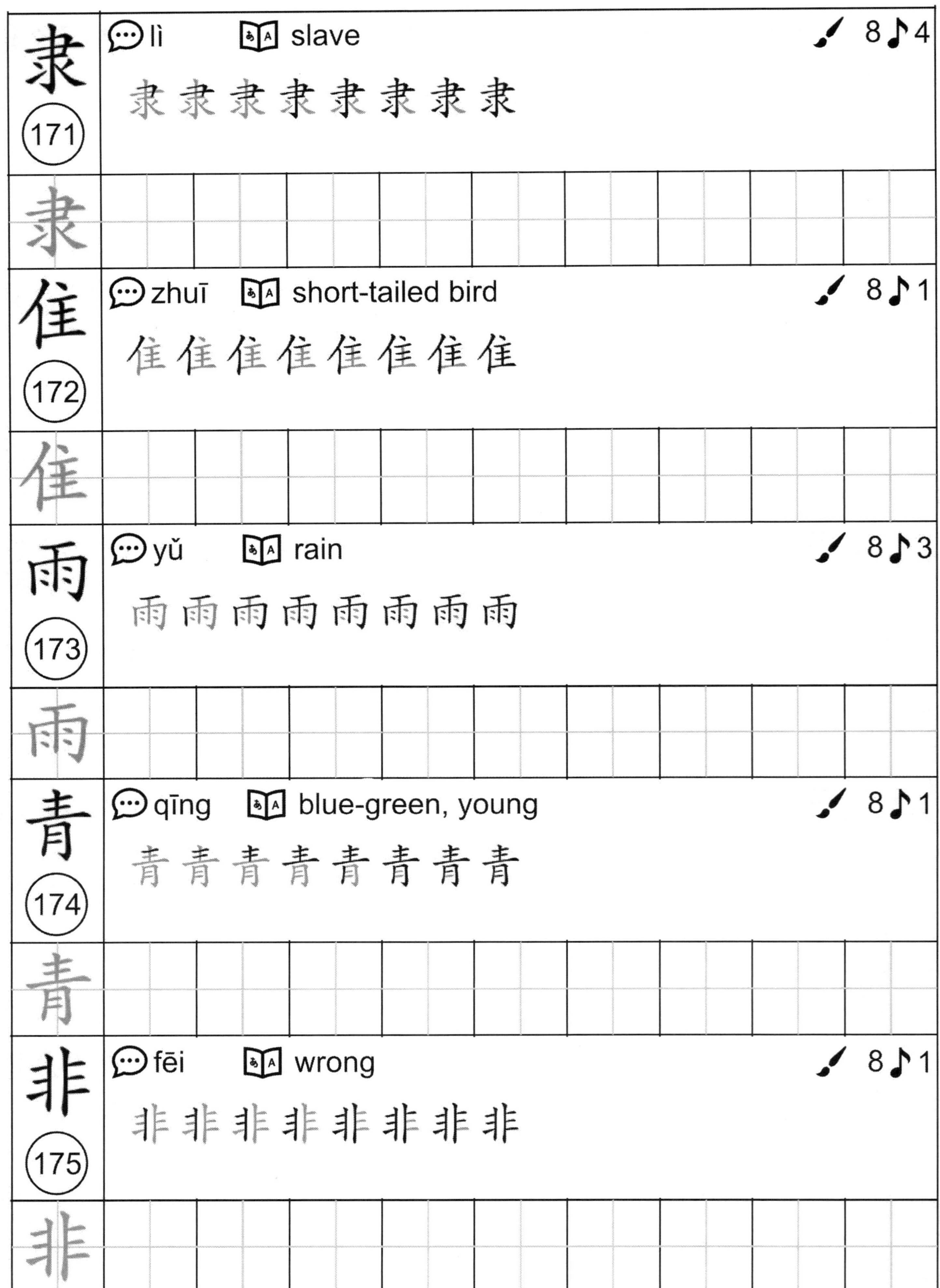

隶 171 — lì — slave — 8 strokes, tone 4

隶隶隶隶隶隶隶隶

隹 172 — zhuī — short-tailed bird — 8 strokes, tone 1

隹隹隹隹隹隹隹隹

雨 173 — yǔ — rain — 8 strokes, tone 3

雨雨雨雨雨雨雨雨

青 174 — qīng — blue-green, young — 8 strokes, tone 1

青青青青青青青青

非 175 — fēi — wrong — 8 strokes, tone 1

非非非非非非非非

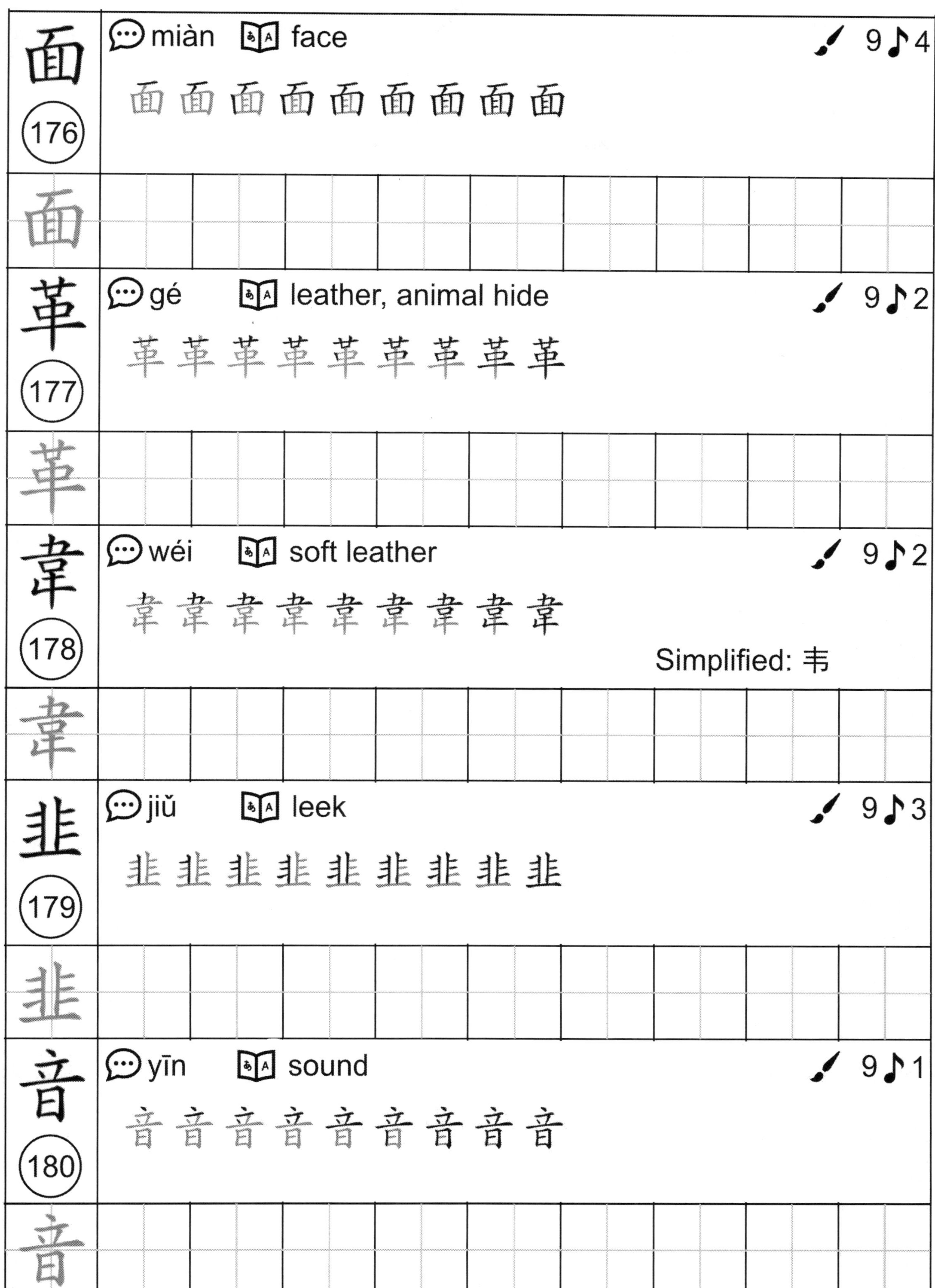

Character	Pinyin	Meaning	Strokes	Tone
面 (176)	miàn	face	9	4
革 (177)	gé	leather, animal hide	9	2
韋 (178)	wéi	soft leather	9	2
韭 (179)	jiǔ	leek	9	3
音 (180)	yīn	sound	9	1

Simplified: 韦

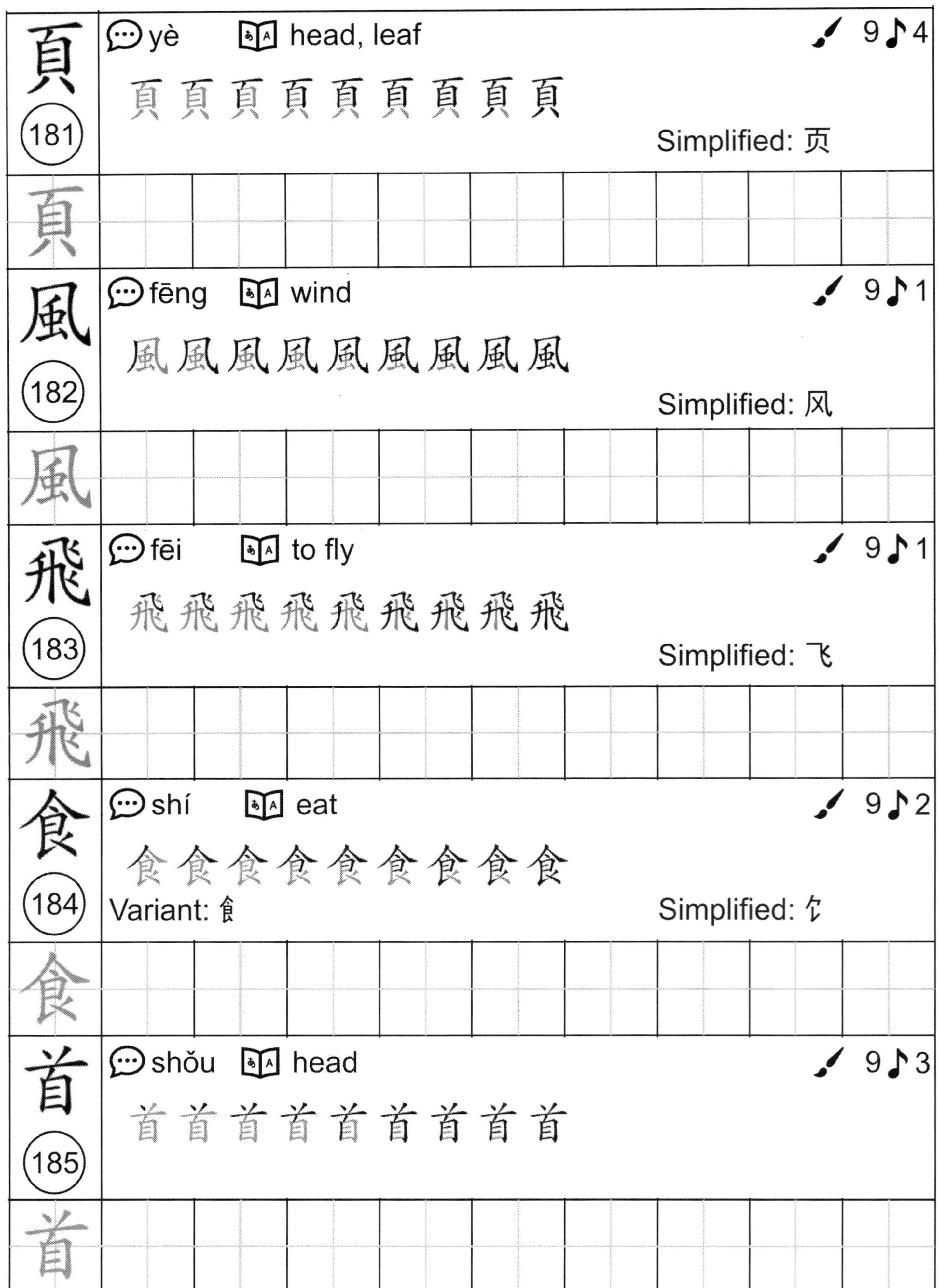

頁
181
yè
head, leaf
9 ♪4
頁頁頁頁頁頁頁頁頁
Simplified: 页
頁
風
182
fēng
wind
9 ♪1
風風風風風風風風風
Simplified: 风
風
飛
183
fēi
to fly
9 ♪1
飛飛飛飛飛飛飛飛飛
Simplified: 飞
飛
食
184
shí
eat
9 ♪2
食食食食食食食食食
Variant: 飠
Simplified: 饣
食
首
185
shǒu
head
9 ♪3
首首首首首首首首首
首

香 (186)	xiāng — fragrant — 9 strokes, tone 1 香香香香香香香香香
香	
馬 (187)	mǎ — horse — 10 strokes, tone 3 馬馬馬馬馬馬馬馬馬馬 Simplified: 马
馬	
骨 (188)	gǔ — bone — 10 strokes, tone 3 骨骨骨骨骨骨骨骨骨
骨	
高 (189)	gāo — high, tall — 10 strokes, tone 1 高高高高高高高高高高
高	
髟 (190)	biāo — long hair — 10 strokes, tone 1 髟髟髟髟髟髟髟髟髟髟
髟	

鬥 191	dòu — fragrant — 10 strokes, tone 4 鬥 鬥 鬥 鬥 鬥 鬥 鬥 鬥 鬥 鬥 Simplified: 斗
鬯 192	chàng — sacrificial wine — 10 strokes, tone 4 鬯 鬯 鬯 鬯 鬯 鬯 鬯 鬯 鬯 鬯
鬲 193	lì — cauldron — 10 strokes, tone 4 鬲 鬲 鬲 鬲 鬲 鬲 鬲 鬲 鬲 鬲
鬼 194	guǐ — ghost — 10 strokes, tone 3 鬼 鬼 鬼 鬼 鬼 鬼 鬼 鬼 鬼
魚 195	yú — fish — 11 strokes, tone 2 魚 魚 魚 魚 魚 魚 魚 魚 魚 魚 魚 Simplified: 鱼

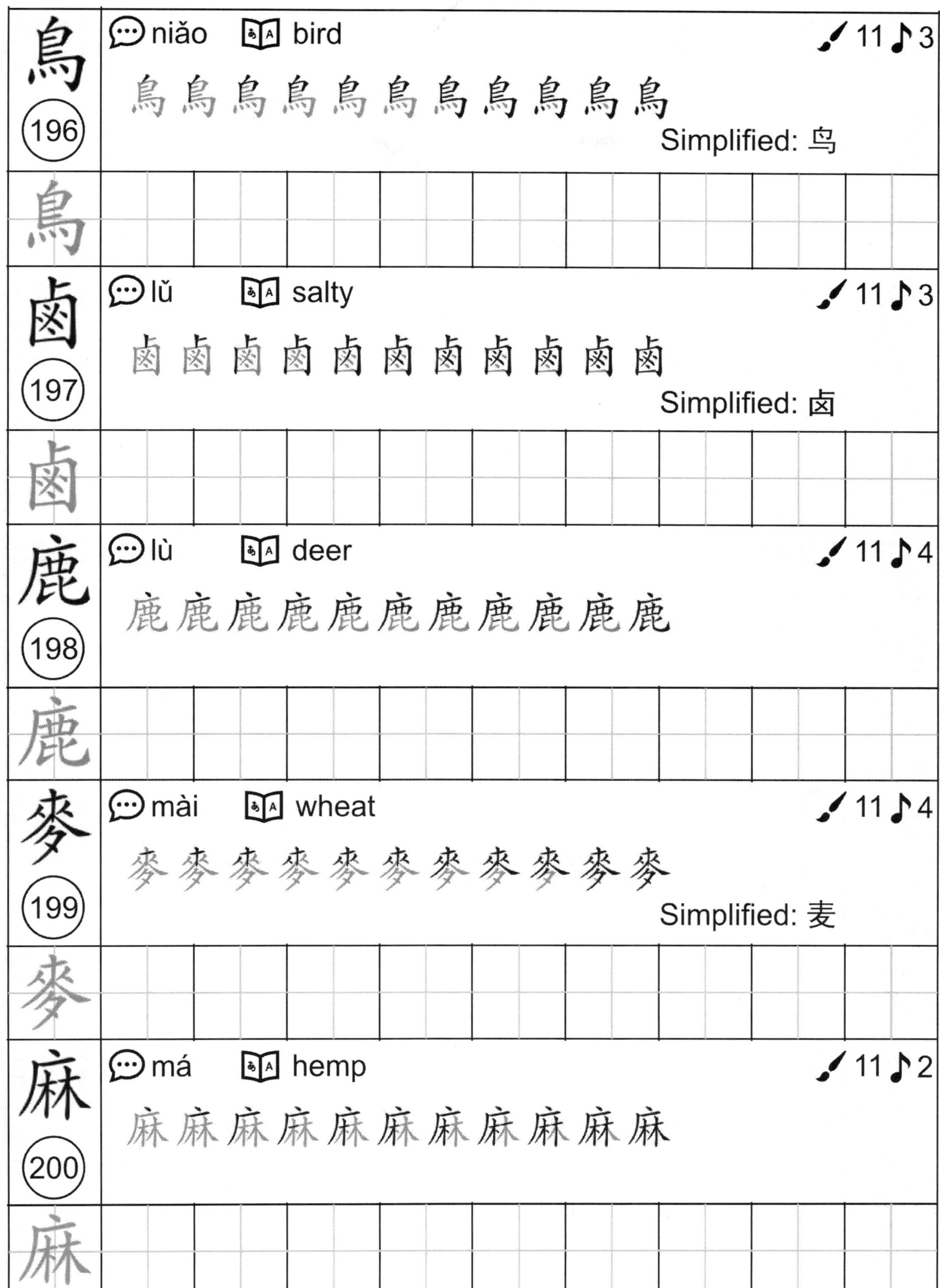

鳥
196
niǎo bird 11 3
鳥鳥鳥鳥鳥鳥鳥鳥鳥鳥鳥
Simplified: 鸟
鳥
鹵
197
lǔ salty 11 3
鹵鹵鹵鹵鹵鹵鹵鹵鹵鹵鹵
Simplified: 卤
鹵
鹿
198
lù deer 11 4
鹿鹿鹿鹿鹿鹿鹿鹿鹿鹿鹿
鹿
麥
199
mài wheat 11 4
麥麥麥麥麥麥麥麥麥麥麥
Simplified: 麦
麥
麻
200
má hemp 11 2
麻麻麻麻麻麻麻麻麻麻麻
麻

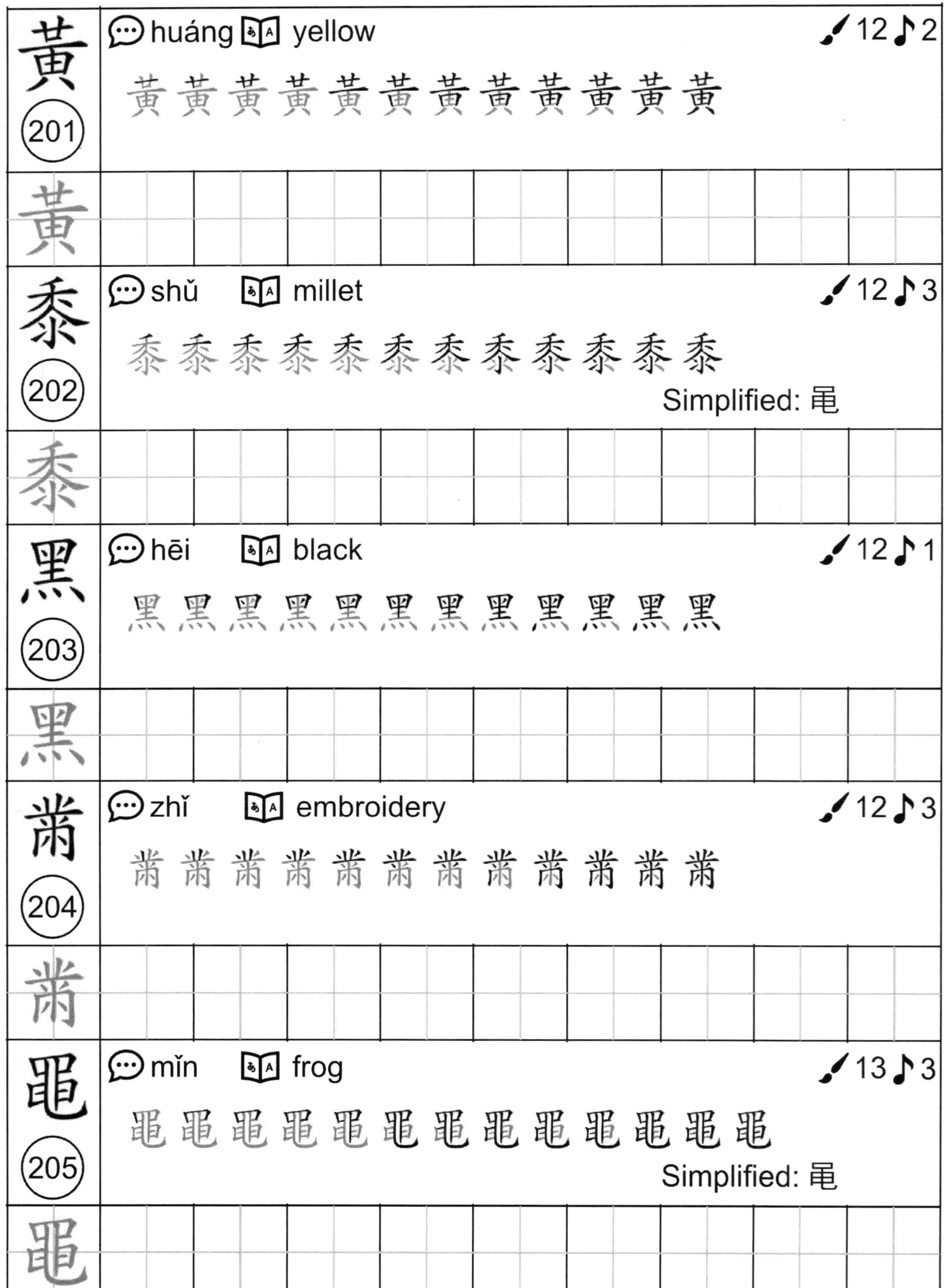

201 黃 huáng — yellow — 12 strokes, tone 2

202 黍 shǔ — millet — 12 strokes, tone 3

Simplified: 黾

203 黑 hēi — black — 12 strokes, tone 1

204 黹 zhǐ — embroidery — 12 strokes, tone 3

205 黽 mǐn — frog — 13 strokes, tone 3

Simplified: 黾

鼎 206	dǐng tripod 鼎鼎鼎鼎鼎鼎鼎鼎鼎鼎鼎鼎	13 ♪3
鼎		
鼓 207	gǔ drum 鼓鼓鼓鼓鼓鼓鼓鼓鼓鼓鼓鼓鼓	13 ♪3
鼓		
鼠 208	shǔ mouse 鼠鼠鼠鼠鼠鼠鼠鼠鼠鼠鼠鼠鼠	13 ♪3
鼠		
鼻 209	bí nose 鼻鼻鼻鼻鼻鼻鼻鼻鼻鼻鼻鼻鼻鼻	14 ♪2
鼻		
齊 210	qí even 齊齊齊齊齊齊齊齊齊齊齊齊齊齊 Simplified: 齐	14 ♪2
齊		

齒 (211)	chǐ — tooth — 15 strokes, tone 3 齒齒齒齒齒齒齒齒齒齒齒齒齒齒齒 Simplified: 齿
齒	
龍 (212)	lóng — dragon — 16 strokes, tone 2 龍龍龍龍龍龍龍龍龍龍龍龍龍龍龍龍 Simplified: 龙
龍	
龜 (213)	guī — turtle — 16 strokes, tone 1 龜龜龜龜龜龜龜龜龜龜 Simplified: 龟
龜	
龠 (214)	yuè — flute — 17 strokes, tone 4 龠龠龠龠龠龠龠龠龠
龠	

Additional set of practice sheets

yī	yī	yī	yī							
一	一	一	一							
gǔn	gǔn	gǔn	gǔn							
丨	丨	丨	丨							
zhǔ	zhǔ	zhǔ	zhǔ							
丶	丶	丶	丶							
piě	piě	piě	piě							
丿	丿	丿	丿							
yǐ	yǐ	yǐ	yǐ							
乙	乙	乙	乙							
jué	jué	jué	jué							
亅	亅	亅	亅							
èr	èr	èr	èr							
二	二	二	二							
tóu	tóu	tóu	tóu							
亠	亠	亠	亠							
rén	rén	rén	rén							
人	人	人	人							
ér	ér	ér	ér							
儿	儿	儿	儿							

rù	rù	rù	rù							
入	入	入	入							
bā	bā	bā	bā							
八	八	八	八							
jiōng	jiōng	jiōng	jiōng							
冂	冂	冂	冂							
mì	mì	mì	mì							
冖	冖	冖	冖							
bīng	bīng	bīng	bīng							
冫	冫	冫	冫							
jī	jī	jī	jī							
几	几	几	几							
kǎn	kǎn	kǎn	kǎn							
凵	凵	凵	凵							
dāo	dāo	dāo	dāo							
刀	刀	刀	刀							
lì	lì	lì	lì							
力	力	力	力							
bāo	bāo	bāo	bāo							
勹	勹	勹	勹							

bǐ	bǐ	bǐ	bǐ							
匕	匕	匕	匕							
fāng	fāng	fāng	fāng							
匚	匚	匚	匚							
xǐ	xǐ	xǐ	xǐ							
匸	匸	匸	匸							
shí	shí	shí	shí							
十	十	十	十							
bǔ	bǔ	bǔ	bǔ							
卜	卜	卜	卜							
jié	jié	jié	jié							
卩	卩	卩	卩							
chǎng	chǎng	chǎng	chǎng							
厂	厂	厂	厂							
sī	sī	sī	sī							
厶	厶	厶	厶							
yòu	yòu	yòu	yòu							
又	又	又	又							
kǒu	kǒu	kǒu	kǒu							
口	口	口	口							

wéi	wéi	wéi	wéi							
囗	囗	囗	囗							
tǔ	tǔ	tǔ	tǔ							
土	土	土	土							
shì	shì	shì	shì							
士	士	士	士							
zhǐ	zhǐ	zhǐ	zhǐ							
夂	夂	夂	夂							
suī	suī	suī	suī							
夊	夊	夊	夊							
xī	xī	xī	xī							
夕	夕	夕	夕							
dà	dà	dà	dà							
大	大	大	大							
nǚ	nǚ	nǚ	nǚ							
女	女	女	女							
zǐ	zǐ	zǐ	zǐ							
子	子	子	子							
mián	mián	mián	mián							
宀	宀	宀	宀							

cùn	cùn	cùn	cùn							
寸	寸	寸	寸							
xiǎo	xiǎo	xiǎo	xiǎo							
小	小	小	小							
wāng	wāng	wāng	wāng							
尢	尢	尢	尢							
shī	shī	shī	shī							
尸	尸	尸	尸							
chè	chè	chè	chè							
屮	屮	屮	屮							
shān	shān	shān	shān							
山	山	山	山							
chuān	chuān	chuān	chuān							
川	川	川	川							
gōng	gōng	gōng	gōng							
工	工	工	工							
sì	sì	sì	sì							
巳	巳	巳	巳							

jīn	jīn	jīn	jīn							
巾	巾	巾	巾							
gān	gān	gān	gān							
干	干	干	干							
me	me	me	me							
么	么	么	么							
guǎng	guǎng	guǎng	guǎng							
广	广	广	广							
yǐn	yǐn	yǐn	yǐn							
廴	廴	廴	廴							
gǒng	gǒng	gǒng	gǒng							
廾	廾	廾	廾							
yì	yì	yì	yì							
弋	弋	弋	弋							
gōng	gōng	gōng	gōng							
弓	弓	弓	弓							
xuě	xuě	xuě	xuě							
彐	彐	彐	彐							
shān	shān	shān	shān							
彡	彡	彡	彡							

chì	chì	chì	chì
彳	彳	彳	彳
xīn	xīn	xīn	xīn
心	心	心	心
gē	gē	gē	gē
戈	戈	戈	戈
hù	hù	hù	hù
戶	戶	戶	戶
shǒu	shǒu	shǒu	shǒu
手	手	手	手
zhī	zhī	zhī	zhī
支	支	支	支
pū	pū	pū	pū
攴	攴	攴	攴
wén	wén	wén	wén
文	文	文	文
dǒu	dǒu	dǒu	dǒu
斗	斗	斗	斗
jīn	jīn	jīn	jīn
斤	斤	斤	斤

fāng	fāng	fāng	fāng							
方	方	方	方							
wú	wú	wú	wú							
无	无	无	无							
rì	rì	rì	rì							
日	日	日	日							
yuē	yuē	yuē	yuē							
曰	曰	曰	曰							
yuè	yuè	yuè	yuè							
月	月	月	月							
mù	mù	mù	mù							
木	木	木	木							
qiàn	qiàn	qiàn	qiàn							
欠	欠	欠	欠							
zhǐ	zhǐ	zhǐ	zhǐ							
止	止	止	止							
dǎi	dǎi	dǎi	dǎi							
歹	歹	歹	歹							
shū	shū	shū	shū							
殳	殳	殳	殳							

wú	wú	wú	wú							
毋	毋	毋	毋							
bǐ	bǐ	bǐ	bǐ							
比	比	比	比							
máo	máo	máo	máo							
毛	毛	毛	毛							
shì	shì	shì	shì							
氏	氏	氏	氏							
qì	qì	qì	qì							
气	气	气	气							
shuǐ	shuǐ	shuǐ	shuǐ							
水	水	水	水							
huǒ	huǒ	huǒ	huǒ							
火	火	火	火							
zhǎo	zhǎo	zhǎo	zhǎo							
爪	爪	爪	爪							
fù	fù	fù	fù							
父	父	父	父							
yáo	yáo	yáo	yáo							
爻	爻	爻	爻							

pán	pán	pán	pán							
爿	爿	爿	爿							
piàn	piàn	piàn	piàn							
片	片	片	片							
yá	yá	yá	yá							
牙	牙	牙	牙							
niú	niú	niú	niú							
牛	牛	牛	牛							
quǎn	quǎn	quǎn	quǎn							
犬	犬	犬	犬							
xuán	xuán	xuán	xuán							
玄	玄	玄	玄							
yù	yù	yù	yù							
玉	玉	玉	玉							
guā	guā	guā	guā							
瓜	瓜	瓜	瓜							
wǎ	wǎ	wǎ	wǎ							
瓦	瓦	瓦	瓦							
gān	gān	gān	gān							
甘	甘	甘	甘							

shēng	shēng	shēng	shēng							
生	生	生	生							
yòng	yòng	yòng	yòng							
用	用	用	用							
tián	tián	tián	tián							
田	田	田	田							
pǐ	pǐ	pǐ	pǐ							
疋	疋	疋	疋							
nè	nè	nè	nè							
疒	疒	疒	疒							
bō	bō	bō	bō							
癶	癶	癶	癶							
bái	bái	bái	bái							
白	白	白	白							
pí	pí	pí	pí							
皮	皮	皮	皮							
mǐn	mǐn	mǐn	mǐn							
皿	皿	皿	皿							
mù	mù	mù	mù							
目	目	目	目							

máo	máo	máo	máo							
矛	矛	矛	矛							
shǐ	shǐ	shǐ	shǐ							
矢	矢	矢	矢							
shí	shí	shí	shí							
石	石	石	石							
shì	shì	shì	shì							
示	示	示	示							
róu	róu	róu	róu							
肉	肉	肉	肉							
hé	hé	hé	hé							
禾	禾	禾	禾							
xué	xué	xué	xué							
穴	穴	穴	穴							
lì	lì	lì	lì							
立	立	立	立							
zhú	zhú	zhú	zhú							
竹	竹	竹	竹							
mǐ	mǐ	mǐ	mǐ							
米	米	米	米							

mì	mì	mì	mì							
糸	糸	糸	糸							
fǒu	fǒu	fǒu	fǒu							
缶	缶	缶	缶							
wǎng	wǎng	wǎng	wǎng							
网	网	网	网							
yáng	yáng	yáng	yáng							
羊	羊	羊	羊							
yǔ	yǔ	yǔ	yǔ							
羽	羽	羽	羽							
lǎo	lǎo	lǎo	lǎo							
老	老	老	老							
ér	ér	ér	ér							
而	而	而	而							
lěi	lěi	lěi	lěi							
耒	耒	耒	耒							
ěr	ěr	ěr	ěr							
耳	耳	耳	耳							
yù	yù	yù	yù							
聿	聿	聿	聿							

ròu	ròu	ròu	ròu							
肉	肉	肉	肉							
chén	chén	chén	chén							
臣	臣	臣	臣							
zì	zì	zì	zì							
自	自	自	自							
zhì	zhì	zhì	zhì							
至	至	至	至							
jiù	jiù	jiù	jiù							
臼	臼	臼	臼							
shé	shé	shé	shé							
舌	舌	舌	舌							
chuǎn	chuǎn	chuǎn	chuǎn							
舛	舛	舛	舛							
zhōu	zhōu	zhōu	zhōu							
舟	舟	舟	舟							
gèn	gèn	gèn	gèn							
艮	艮	艮	艮							
sè	sè	sè	sè							
色	色	色	色							

cǎo	cǎo	cǎo	cǎo							
艸	艸	艸	艸							
hū	hū	hū	hū							
虍	虍	虍	虍							
chóng	chóng	chóng	chóng							
虫	虫	虫	虫							
xuè	xuè	xuè	xuè							
血	血	血	血							
xíng	xíng	xíng	xíng							
行	行	行	行							
yī	yī	yī	yī							
衣	衣	衣	衣							
xī	xī	xī	xī							
西	西	西	西							
jiàn	jiàn	jiàn	jiàn							
見	見	見	見							
jiǎo	jiǎo	jiǎo	jiǎo							
角	角	角	角							
yán	yán	yán	yán							
言	言	言	言							

gǔ	gǔ	gǔ	gǔ							
谷	谷	谷	谷							
dòu	dòu	dòu	dòu							
豆	豆	豆	豆							
shǐ	shǐ	shǐ	shǐ							
豕	豕	豕	豕							
zhì	zhì	zhì	zhì							
豸	豸	豸	豸							
bèi	bèi	bèi	bèi							
貝	貝	貝	貝							
chì	chì	chì	chì							
赤	赤	赤	赤							
zǒu	zǒu	zǒu	zǒu							
走	走	走	走							
zú	zú	zú	zú							
足	足	足	足							
shēn	shēn	shēn	shēn							
身	身	身	身							
chē	chē	chē	chē							
車	車	車	車							

xīn	xīn	xīn	xīn							
辛	辛	辛	辛							
chén	chén	chén	chén							
辰	辰	辰	辰							
chuò	chuò	chuò	chuò							
辵	辵	辵	辵							
yì	yì	yì	yì							
邑	邑	邑	邑							
yǒu	yǒu	yǒu	yǒu							
酉	酉	酉	酉							
biàn	biàn	biàn	biàn							
釆	釆	釆	釆							
lǐ	lǐ	lǐ	lǐ							
里	里	里	里							
jīn	jīn	jīn	jīn							
金	金	金	金							
cháng	cháng	cháng	cháng							
長	長	長	長							
mén	mén	mén	mén							
門	門	門	門							

fù	fù	fù	fù							
阜	阜	阜	阜							
lì	lì	lì	lì							
隶	隶	隶	隶							
zhuī	zhuī	zhuī	zhuī							
隹	隹	隹	隹							
yǔ	yǔ	yǔ	yǔ							
雨	雨	雨	雨							
qīng	qīng	qīng	qīng							
青	青	青	青							
fēi	fēi	fēi	fēi							
非	非	非	非							
miàn	miàn	miàn	miàn							
面	面	面	面							
gé	gé	gé	gé							
革	革	革	革							
wéi	wéi	wéi	wéi							
韋	韋	韋	韋							
jiǔ	jiǔ	jiǔ	jiǔ							
韭	韭	韭	韭							

yīn	yīn	yīn	yīn							
音	音	音	音							
yè	yè	yè	yè							
頁	頁	頁	頁							
fēng	fēng	fēng	fēng							
風	風	風	風							
fēi	fēi	fēi	fēi							
飛	飛	飛	飛							
shí	shí	shí	shí							
食	食	食	食							
shǒu	shǒu	shǒu	shǒu							
首	首	首	首							
xiāng	xiāng	xiāng	xiāng							
香	香	香	香							
mǎ	mǎ	mǎ	mǎ							
馬	馬	馬	馬							
gǔ	gǔ	gǔ	gǔ							
骨	骨	骨	骨							
gāo	gāo	gāo	gāo							
高	高	高	高							

biāo	biāo	biāo	biāo
髟	髟	髟	髟
dǒu	dǒu	dǒu	dǒu
鬥	鬥	鬥	鬥
chàng	chàng	chàng	chàng
鬯	鬯	鬯	鬯
gé	gé	gé	gé
鬲	鬲	鬲	鬲
guǐ	guǐ	guǐ	guǐ
鬼	鬼	鬼	鬼
yú	yú	yú	yú
魚	魚	魚	魚
niǎo	niǎo	niǎo	niǎo
鳥	鳥	鳥	鳥
lǔ	lǔ	lǔ	lǔ
鹵	鹵	鹵	鹵
lù	lù	lù	lù
鹿	鹿	鹿	鹿
mài	mài	mài	mài
麥	麥	麥	麥

má	má	má	má							
麻	麻	麻	麻							
huáng	huáng	huáng	huáng							
黃	黃	黃	黃							
shǔ	shǔ	shǔ	shǔ							
黍	黍	黍	黍							
hēi	hēi	hēi	hēi							
黑	黑	黑	黑							
zhǐ	zhǐ	zhǐ	zhǐ							
黹	黹	黹	黹							
mǐn	mǐn	mǐn	mǐn							
黽	黽	黽	黽							
dǐng	dǐng	dǐng	dǐng							
鼎	鼎	鼎	鼎							
gǔ	gǔ	gǔ	gǔ							
鼓	鼓	鼓	鼓							
shǔ	shǔ	shǔ	shǔ							
鼠	鼠	鼠	鼠							
bí	bí	bí	bí							
鼻	鼻	鼻	鼻							

qí	qí	qí	qí
齊	齊	齊	齊
chǐ	chǐ	chǐ	chǐ
齒	齒	齒	齒
lóng	lóng	lóng	lóng
龍	龍	龍	龍
guī	guī	guī	guī
龜	龜	龜	龜
yuè	yuè	yuè	yuè
龠	龠	龠	龠

Overview of all radicals, ordered by their appearance in other characters.

Number	Radical	Pinyin	Strokes	Tone	Usage	Variants	Simplified	Notes	Translation
140	艸	cǎo	6	3	1902	艹	艸	Variant 艹 always on top	grass
85	水	shuǐ	4	3	1595	氵	水	Variant 氵 always left	water
75	木	mù	4	4	1369		木		tree
64	手	shǒu	4	3	1203	扌	手	Variant 扌 always left	hand
30	口	kǒu	3	3	1146		口		mouth
61	心	xīn	4	1	1115	忄	心	Variant 忄 always left	heart
142	虫	chóng	6	2	1067		虫		insect
118	竹	zhú	6	4	953	⺮	竹		bamboo
149	言	yán	7	2	861		讠		speech
120	糸	mì	6	4	823	糹	纟	Variant 糹 always left	silk
167	金	jīn	8	1	806	钅	金		metal
9	人	rén	2	2	794	亻	人	Variant 亻 always left	person
196	鳥	niǎo	11	3	750		鸟		bird
38	女	nǚ	3	3	681		女		woman
130	肉	ròu	6	4	674	月	肉	Variant 月 always left	meat
109	目	mù	5	4	647		目		eye
86	火	huǒ	4	3	639	灬	火	Variant 灬 always at the bottom	fire
46	山	shān	3	1	636		山		mountain
145	衣	yī	6	1	607	衤	衣		clothes
32	土	tǔ	3	3	580		土		earth
157	足	zú	7	2	580		足		foot
195	魚	yú	11	2	571		鱼		fish
104	疒	chuáng	5	2	526		疒		ill
112	石	shí	5	2	499		石		stone
96	玉	yu4	5	2	473	王	玉		jade (king)
187	馬	mǎ	10	3	472		马		horse
72	日	rì	4	4	453		日		sun
94	犬	quǎn	4	3	444	犭	犬	Variant 犭 always left	dog
115	禾	hé	5	2	431		禾		grain
184	食	shí	9	2	403	飠	饣		eat
162	辵	chuò	7	4	381	辶	辵		walk
18	刀	dāo	2	1	377	刂	刀	Variant 刂 always right	knife
181	頁	yè	9	4	372		页		page
159	車	chē	7	1	361		车		cart
163	邑	yì	7	4	350		邑	阝 right	city
170	阜	fù	8	4	348	阝	阜	阝 left	mound
119	米	mǐ	6	3	318		米		rice
177	革	gé	9	2	305		革		leather
116	穴	xué	5	2	298		穴		cave
173	雨	yǔ	8	3	298		雨		rain

Number	Radical	Pinyin	Strokes	Tone	Usage	Variants	Simplified	Notes	Translation
66	攴	pū	4	1	296	攵	攴		rap
50	巾	jīn	3	1	295		巾		towel
164	酉	yǒu	7	3	290		酉		wine
156	走	zǒu	7	3	285	赱	走		walk
154	貝	bèi	7	4	277	贝	贝		shell
40	宀	mián	3	2	246		宀		roof
169	門	mén	8	2	246		门		gate
190	髟	biāo	10	1	243		髟		long hair
76	欠	qiàn	4	4	235		欠		lack
93	牛	niú	4	2	233	牜	牛	Variant 牜 always left	cow
172	隹	zhuī	8	1	233		隹		short-tailed bird
78	歹	dǎi	4	3	231	歺	歹		death
124	羽	yǔ	6	3	220		羽		feather
60	彳	chì	3	4	215		彳		step
113	示	shì	5	4	213	礻	示		spirit
82	毛	máo	4	2	211		毛		fur
137	舟	zhōu	6	1	197		舟		boat
102	田	tián	5	2	192		田		field
188	骨	gǔ	10	3	185		骨		bone
182	風	fēng	9	1	182		风		wind
98	瓦	wǎ	5	3	174		瓦		tile
128	耳	ěr	6	3	172		耳		ear
203	黑	hēi	12	1	172		黑		black
57	弓	gōng	3	1	165		弓		bow
19	力	lì	2	4	163		力		power
122	网	wǎng	6	3	163	罒	网		net
211	齒	chǐ	15	3	162		齿		tooth
147	見	jiàn	7	4	161		见		see
148	角	jiǎo	7	3	158		豆		horn
123	羊	yáng	6	2	156		羊		sheep
44	尸	shī	3	1	148		尸		corpse
152	豕	shǐ	7	3	148		豕		pig
194	鬼	guǐ	10	3	141		鬼		ghost
153	豸	zhì	7	4	140		豸		reptile, cat, small haired animal
37	大	dà	3	4	132		大		big
199	麥	mài	11	4	131		麦		wheat
27	厂	chǎng	2	4	129		厂		cliff
108	皿	mǐn	5	3	129		皿		dish
31	囗	wéi	3	2	118		囗		enclosure
62	戈	gē	4	1	116		戈		spear

Number	Radical	Pinyin	Strokes	Tone	Usage	Variants	Simplified	Notes	Translation
15	冫	bīng	2	1	115		冫		ice
141	虍	hǔ	6	3	114		虍		tiger
106	白	bái	5	2	109		白		white
198	鹿	lù	11	4	104		鹿		deer
117	立	lì	5	4	101		立		stand
178	韋	wéi	9	2	100		韦		soft leather
77	止	zhǐ	4	3	99		止		stop
158	身	shēn	7	1	97		身		body
107	皮	pí	5	2	94		皮		skin
79	殳	shū	4	1	93		殳		weapon
70	方	fāng	4	1	92		方		square
183	飛	fēi	9	1	92		飞		fly
208	鼠	shǔ	13	3	92		鼠		mouse
29	又	yòu	2	4	91		又		again
127	耒	lěi	6	3	84		耒		plow
39	子	zǐ	3	3	83		子		child
91	片	piàn	4	4	77		片		slice
121	缶	fǒu	6	3	77		缶		jar
193	鬲	lì	10	4	73		鬲		cauldron
134	臼	jiù	6	4	71		臼		mortar
74	月	yuè	4	4	69		月		moon
151	豆	dòu	7	4	68		豆		bean
43	尢	wāng	3	1	66	兀	尢		lame
176	面	miàn	9	4	66		面		face
110	矛	máo	5	2	65		矛		spear
20	勹	bāo	2	1	64		勹		wrap
22	匚	fāng	2	1	64		匚		right open box
111	矢	shǐ	5	3	64		矢		arrow
59	彡	xū	3	1	62		彡		hair,beard
143	血	xuè	6	4	60		血		blood
24	十	shí	2	2	55		十		ten
69	斤	jīn	4	1	55		斤		axe
97	瓜	guā	5	1	55		瓜		melon
168	長	cháng	8	2	55		长		long
150	谷	gǔ	7	3	54		谷		valley
144	行	xíng	6	2	53		行		walk
10	儿	ér	2	2	52		儿		legs
13	冂	jiōng	2	1	50		冂		down box
52	幺	yāo	3	1	50		幺		tiny, thread
55	廾	gǒng	3	3	50		廾		hands joined

Number	Radical	Pinyin	Strokes	Tone	Usage	Variants	Simplified	Notes	Translation
209	鼻	bí	14	2	49		鼻		nose
90	爿	qiáng	4	2	48	丬	爿	always left	half of a tree trunk
202	黍	shǔ	12	3	46		黾		millet
207	鼓	gǔ	13	3	46		鼓		drum
25	卜	bǔ	2	3	45		卜		divination
12	八	bā	2	1	44	丷	八		eight
63	戶	hù	4	4	44	户	戶		door
197	鹵	lǔ	11	3	44		鹵		salty
180	音	yīn	9	1	43		音		sound
1	一	yī	1	1	42		一		one
5	乙	yǐ	1	3	42	ㄴ, ㇖	乙		second
201	黃	huáng	12	2	42		黃		yellow
42	小	xiǎo	3	3	41		小		small
26	卩	jié	2	2	40		卩		seal
28	厶	sī	2	1	40		厶		private
41	寸	cùn	3	4	40		寸		inch
205	黽	mǐn	13	3	40		黾		frog
8	亠	tóu	2	2	38		亠		lid
16	几	jī	2	1	38		几		table
45	屮	chè	3	4	38		屮		sprout
73	曰	yuē	4	1	37		曰		say
186	香	xiāng	9	1	37		香		fragrant
87	爪	zhǎo	4	3	36	爫	爪	Variant 爫 always at the top	claw
160	辛	xīn	7	1	36		辛		bitter
36	夕	xī	3	1	34		夕		evening,sunset
132	自	zì	6	4	34		自		oneself
189	高	gāo	10	1	34		高		high
200	麻	má	11	2	34		麻		hemp
4	丿	piě	1	3	33	㇏, ㇈	丿		slash
68	斗	dǒu	4	3	32		斗		dipper
135	舌	shé	6	2	31		舌		tongue
155	赤	chì	7	4	31		赤		red
14	冖	mī	2	1	30		冖		cover
7	二	èr	2	4	29		二		two
146	西	xī	6	1	29	覀,襾	西		west
11	入	rù	2	4	28		入		enter
47	川	chuān	3	1	26	巛, 巜	川		river
65	支	zhī	4	1	26		支		branch
67	文	wén	4	2	26		文		script
58	彐	jì	3	4	25	彑	彐		snout

Number	Radical	Pinyin	Strokes	Tone	Usage	Variants	Simplified	Notes	Translation
175	非	fēi	8	1	25		非		wrong
33	士	shì	3	4	24		士		scholar
133	至	zhì	6	4	24		至		arrive
213	龜	guī	16	1	24		龟		turtle
17	凵	qǔ	2	3	23		凵		open box
35	夊	suī	3	1	23		夊		go slowly
191	鬥	dòu	10	4	23		斗		fight
99	甘	gān	5	1	22		甘		sweet
100	生	shēng	5	1	22		生		life
125	老	lǎo	6	3	22		老		old
126	而	ér	6	2	22		而		and
2	丨	gǔn	1	3	21		丨		line
81	比	bǐ	4	3	21		比		compare
139	色	sè	6	4	21		色		color
49	巳	jǐ	3	3	20	已	巳		oneself
179	韭	jiǔ	9	3	20		韭		leek
185	首	shǒu	9	3	20		首		head
6	亅	jué	1	2	19		亅		hook
21	匕	bǐ	2	3	19		匕		ladle
129	聿	yù	6	4	19		聿		brush
214	龠	yuè	17	4	19		龠		flute
210	齊	qí	14	2	18		齐		even
23	匸	xǐ	2	3	17		匸		hiding enclosure
48	工	gōng	3	1	17		工		work
84	气	qì	4	4	17		气		steam
174	青	qīng	8	1	17		青		blue
80	毋	wú	4	2	16		毋		mother
89	爻	yáo	4	2	16		爻		lines on a trigram
131	臣	chén	6	2	16		臣		minister
53	广	guǎng	3	3	15		广		shelter
56	弋	yì	3	4	15		弋		shoot with a bow
103	疋	pǐ	5	3	15		疋		cloth
105	癶	bō	5	1	15		癶		foot steps
161	辰	chén	7	2	15		辰		morning
165	釆	biàn	7	4	14		釆		distinguish
166	里	lǐ	7	3	14		里		village
206	鼎	dǐng	13	3	14		鼎		tripod
212	龍	lóng	16	2	14		龙		dragon
71	无	wú	4	2	12		无		not
114	禸	róu	5	2	12		禸		track

Number	Radical	Pinyin	Strokes	Tone	Usage	Variants	Simplified	Notes	Translation
171	隶	lì	8	4	12		隶		slave
34	夂	zhǐ	3	3	11		夂		go
3	丶	zhǔ	1	3	10		丶		dot
83	氏	shì	4	4	10		氏		clan
88	父	fù	4	4	10		父		father
101	用	yòng	5	4	10	甩	用		use
136	舛	chuǎn	6	3	10		舛		contrary
51	干	gān	3	1	9		干		dry
54	廴	yín	3	2	9		廴		stride
92	牙	yá	4	2	9		牙		fang
192	鬯	chàng	10	4	8		鬯		sacrificial wine
204	黹	zhǐ	12	3	8		黹		embroidery
95	玄	xuán	5	2	6		玄		profound
138	艮	gèn	6	4	5		艮		mountain

Thank you for choosing this practice book. More practice paper for radicals and HSK (old and new) is available here or on

https://www.hskinstitute.com.

Made in the USA
Monee, IL
17 January 2024

51929808R00044